स्वयम् ३६५च्या प्रवासात माझ्याबरोबर सतत होती, ती माझी मैत्रीण शुचिता!
गेली काही वर्षं आम्ही दोघी जवळपास रोजच
प्रत्यक्ष भेटून किंवा फोनवर चर्चा करत असतो.
एखादी नवीन संकल्पना सुचली किंवा कळली तर त्याचा पाठपुरावा करून
ती आत्मसात करेपर्यंत आम्हांला चैन पडत नाही.

स्वयम् ३६५च्या प्रवासात तर तिने फार मोलाचा सहभाग घेतला.
हे पुस्तक मराठीत लिहिताना ती सतत माझ्याबरोबर होती.

डॉ. शुचिता नांदापूरकर-फडके
या माझ्या मैत्रिणीला हे पुस्तक मी समर्पित करत आहे.

भूमिका

नमस्कार

एक समुपदेशक, उपचारतज्ज्ञ, मानसशास्त्र आणि समाजशास्त्र यांची विद्यार्थिनी असल्याने कित्येक वर्षं उत्तम मानसिक आरोग्याचा प्रचार मी करत आहे. समुपदेशन करताना उपचारांसाठी येणाऱ्या साधकांच्या मानसिकतेमध्ये मला दोन स्तर आढळतात.

पहिला स्तर, कठीण प्रसंग ओढवल्यामुळे काही व्यक्तींचं तात्पुरतं का होईना, मानसिक संतुलन बिघडतं. अशा वेळी ती व्यक्ती भावनिक गर्तेत इतकी गुंतत जाते, की आपण कधीतरी या अवस्थेमधून बाहेर येऊ हा विश्वास ती गमावून बसते. आणि मग, अशा वेळी समुपदेशन शक्य नसून त्या व्यक्तीवर मानसिक प्रथमोपचार करावा लागतो.

आव्हानात्मक कठीण परिस्थितीतसुद्धा शांत आणि स्थिर राहण्यासाठी आपल्या मनाला योग्य वळण देणं गरजेचं आहे. बुद्धीचा विकास (IQ : Intelligent Quotient) करत असताना भावनांक (EQ : Emotional Quotient) आणि आध्यात्मिक विकासाचा (SQ : Spiritual Quotient) विचारही केला गेला पाहिजे. तहान लागल्यावर आपण विहीर खणायला घेण्यापेक्षा आधीच आपल्या गरजा ओळखून त्यासाठी आधीच सज्ज राहणं, तयारीत राहणं, ही आपली जबाबदारी असते.

दुसरा स्तर, आजच्या व्यग्र जीवनात मनाचं आरोग्य कुठल्यातरी अंधाऱ्या कोपऱ्यात फेकून दिलं जातं. आपल्या अस्तित्वाच्या या महत्त्वाच्या घटकाकडे आपण चक्क दुर्लक्ष करतो. कारण यासाठी द्यावा लागणारा वेळ आपल्याजवळ नाही आणि त्याची सध्यातरी फार गरजही नाही, हे आपल्या डोक्यात पक्कं असतं. 'वेळ आल्यावर बघू' या विचाराने आपण कामात, मौजमजेत गर्क राहतो. आणि मग वेळ येते तेव्हा मात्र आपली भंबेरी उडते. परिणामतः आपल्याला चिंता, नैराश्य, ताण आणि इतर अनेक विपरीत परिणामांना सामोरं जावं लागू शकतं.

स्वत:चे मोल जाणून घेण्यासाठी मार्गदर्शक

स्वयम् ३६५

डॉ. प्रतिभा देशपांडे

चला, आपण सर्व जण
आपल्या मनाशी संवाद साधू या!
आपल्या सर्वोत्कृष्ट रूपाकडे पोहोचू या!

सकाळ प्रकाशन

सकाळ प्रकाशन

Swtahache Mol Janun Ghenyasathi Margdarshak : Swayam 365

स्वतःचे मोल जाणून घेण्यासाठी मार्गदर्शक : स्वयम् ३६५

प्रथम आवृत्ती	:	नोव्हेंबर २०२३
संपादन	:	दीपाली चौधरी
मुद्रितशोधन	:	अश्विनी महाजन
मांडणी	:	मधुमिता शिंदे
मुखपृष्ठ	:	सकाळ प्रकाशन
प्रकाशक	:	सकाळ मीडिया प्रा. लि. ५९५, बुधवार पेठ, पुणे ४११ ००२
मुद्रणस्थळ	:	विकास प्रिंटिंग ॲण्ड कॅरिअर्स प्रा. लि. प्लॉट नं. ३२, एमआयडीसी, सातपूर, नाशिक
ISBN	:	९७८-८१-१९३११-३९-२
संपर्क	:	०२०-२४४० ५६७८ / ८८८८८ ४९०५० sakalprakashan@esakal.com

शारीरिक आरोग्याप्रमाणेच मनाचं आरोग्य जपलं तर आयुष्य निश्चितच उत्तम रीतीने जगता येतं, हे समीकरण साधं असलं तरी सगळ्यांच्या पचनी पडत नाही.

आरोग्य मग ते शारीरिक असो की मानसिक, एकमेकांत गुंतलेलं असतं. फक्त अनेकदा आपल्याला ते लक्षात येत नाही. कारण हे सारं सूक्ष्म स्तरावर घडतं. एकंदरीत प्रत्येकाच्या स्वास्थ्याच्या दृष्टीने मानसिक आरोग्याचं महत्त्व वादातीत आहे. मन-शरीराचा समतोल साधला की आरोग्यपूर्ण आणि समाधानकारक जीवन जगणं शक्य होतं.

आजच्या या जगात सगळं कसं एका क्षणात उपलब्ध असतं. त्यामुळे काही वेळा आपल्याला जे हवं आहे ते ताबडतोब मिळतंही! परंतु बऱ्याचदा आपल्या हातून काही निसटूनही जातं. मग आपलं जीवन नकाराने भरून जातं. साहजिकच, त्याचा परिणाम आपल्या यशावर आणि पर्यायाने आपल्या आनंदावर आणि नात्यांवर होतो, अगदी आपली क्षमता असूनसुद्धा! या धकाधकीच्या आयुष्यात योग्य दिशेने कष्ट करणं, यश मिळवण्यासाठी प्रयत्न करणं इतकं कठीण नाही. पण मग असं काय होतं, की आपल्याला सतत अपयशाला सामोरं जावं लागतं. आपल्याला योग्य दिशेने कष्ट करायला का जड जातं? की नियोजन आणि ठाम उद्दिष्टं यांच्या अभावामुळे आपल्याला जे हवं ते साधणं कठीण होतं आहे? प्रश्न फक्त यश-अपयशाचा नसून नातेसंबंध, सामाजिक बांधिलकी यांचाही असतो.

एक समुपदेशक आणि लेखक म्हणून या दोन्ही स्तरांवर काम करणं मला महत्त्वाचं वाटलं. पहिल्या स्तरासाठी २०२२मध्ये *मानसिक प्रथमोपचार* हे पुस्तक लिहिलं आणि सकाळ प्रकाशनाने ते प्रसिद्ध केलं. लोकांनी ते स्वीकारलं आणि त्याचा उपयोगही त्यांनी करून घेतला.

आता माझ्यासाठी आव्हान होतं दुसऱ्या स्तरासाठी काहीतरी करणं. कुठल्याही प्रश्नांची, समस्यांची सुरुवात होते 'स्व'पासून. आणि या विचारातून जन्म झाला *स्वयम्* ३६५ या पुस्तकाचा. खरंतर याला पुस्तक न म्हणता, मानसिक आरोग्य उत्तम राखण्यासाठीचं ते एक साधन आहे, असं मी म्हणेन. हेच शीर्षक मला का सुचलं? तर, आत्मा आणि 'स्व'चा उल्लेख करताना 'स्वयम्' ही संज्ञा नेहमी वापरली जाते. आपण जसे आहोत त्याचं सार म्हणजे, 'स्वयम्'. जाणीव किंवा शुद्ध सजगतेचा साक्षीदार म्हणजे 'स्वयम्'. आपली सतत प्रगती सुरू असते, वर्षाचे ३६५ दिवस आपल्याला अनुभवायचा असतो आनंद, समाधान आणि जगण्यातली सुंदरता! म्हणून हे शीर्षक – 'स्वयम् ३६५'.

मनमोकळेपणाने विचार करण्यासाठी, आपल्याला आपलं उद्दिष्ट प्राप्त करण्यासाठी, महत्त्वाचं असतं ते मानसिक स्वास्थ्य, आपलं मानसिक आरोग्य, आणि म्हणून ते संतुलित राखणं महत्त्वाचं आहे. *स्वयम्* ३६५ वर काम करताना मला जाणवलं की, हा तर माझा मानसिक आरोग्य जपण्याचा प्रवास आहे. मला उत्कृष्टतेकडे नेणारा माझा स्वत:चा प्रवास आणि तोही मजेशीर आहे. खूपसं समाधान देणारा हा आनंदी प्रवाह आहे. इतकं सोपं असतं का मानसिक आरोग्य जपणं? तर मग आपण का त्याचा इतका 'बाऊ' करतो? थोडंसं मनाच्या व्यापाराचं ज्ञान आणि बरंचसं जन्माला येताना आपण जसे होतो, तसं वागणं म्हणजे पवित्र, निरागस आणि माणुसकी धर्माचं पालन करायचं. श्रद्धा हवीच सोबतीला, आशेला सतत तेवत ठेवायचं आणि मग आनंदाच्या मार्गावरून मजेत चालायचं. वाटेत येणाऱ्या वादळांना बेधडकपणे सामोरं जायचं. झालंच असेल काही नुकसान तर उरलेलं काखोटीला मारायचं आणि परत आपला आनंदाचा प्रवास सुरू ठेवायचा, अजून काहीतरी खूप सारं मिळवण्यासाठी! एवढ्या पुंजीवर आयुष्यात मजेत जगता येईल याची खात्री बाळगायची.

'स्वयम् ३६५' ही एक दृष्टी आहे, ते माझं एक ध्येय आहे. ही एक मोहीम आहे.

हे साधन भारताच्या वैविध्यपूर्ण विचार-परंपरेवर आधारित आहे. इथे दिलेल्या स्वाध्यायांमधील प्रत्येक कृती ही आपल्या सगळ्यांना जीवन सुंदरपणे जगायला मदत करण्याच्या दृष्टीने तयार करण्यात आली आहे. यातील प्रत्येक घटक हा काळजीपूर्वक, विचारपूर्वक, जाणीवपूर्वक आणि लक्षपूर्वक 'डिझाईन' केलेला आहे. त्यामुळे विकासाच्या मार्गावर तुमची वाटचाल सुलभ रीतीने होईल, हेही नक्कीच!

विविध अंगाने नटलेलं हे 'स्वयम् ३६५' आपल्याला विचार करायला प्रवृत्त करेल. गोष्टी, प्रसंग, किंचितसा उपदेश आणि बरंचसं नवीन शिकण्याचा अनुभव आपल्याला यातून मिळणार आहे.

मानसिक समुपदेशक या नात्याने सांगते, स्वत:ला वेळ द्या, स्वत:ची काळजी घेण्यासाठी वेळ द्या. कधी-कधी आपल्याला छान न वाटता, उदास वाटतं, निराशेने मन भरून जातं. काही हरकत नाही. नेहमीच छान वाटलं पाहिजे असं नाही. मात्र, गरज असेल तर मदत मागायला संकोच करू नका. स्वत:ची काळजी घेण्यात कुठलाही स्वार्थ नाही. कारण स्वत:ची काळजी घेण्यामधून तुम्ही आपल्या शारीरिक आणि मानसिक आरोग्याकडे आवर्जून लक्ष द्यायला शिकणार आहात.

हा स्वार्थीपणा आपल्याला आपल्या मर्यादा ओळखायला, आपले अग्रक्रम जाणून घ्यायला शिकवतो. आपण स्वत: आपली काळजी घेतो, तशी ती इतरांनीही घ्यावी ही

अपेक्षा ठेवायला शिकवतो. अधिक अर्थपूर्ण नातेसंबंधांकडे वाटचाल करणं त्यातून शक्य होतं. आपल्या गरजा ओळखून त्यांचा आदर करायलाही आपण शिकतो.

आनंदी जीवन जगण्याचं उद्दिष्ट प्रत्येकाच्या डोळ्यांसमोर असतंच. आपल्या प्रत्येकाकडे अनेक छुपे गुण असतात. कधी-कधी ते सुप्तावस्थेत, निद्रितावस्थेत असतात. त्यांना जागवणं गरजेचं असतं. त्यासाठी आवश्यक ठरतं शरीर-मनाचं म्हणणं ऐकणं.

स्वतःचा शोध घेण्यासाठी, मोकळेपणाने विचार करण्यासाठी 'स्वयम् ३६५' तत्पर असेल. गंमत म्हणजे, आपल्या यशाच्या, आनंदाच्या, उत्कृष्टतेच्या प्रवासात, कुतूहल जागवत आपल्या मनाच्या गाभाऱ्यात शांतपणे आपण बसू शकू, हेही नसे थोडके! आपल्या अफाट क्षमतेपर्यंत पोहोचण्यासाठी आपल्या आंतरिक 'स्व'शी आणि त्यात लपलेल्या गुणांशी सूर जुळवण्याकरिता यात अनेक तंत्रं दिलेली आहेत. 'स्व'बद्दल अधिक जाणून घेण्यासाठी ही 'दैनंदिनी' आपल्याला खूप उपयुक्त ठरू शकेल. एकंदरीत, आपली मूल्यं आणि आपल्या क्षमता या साऱ्यांचा शोध आपण 'स्वयम् ३६५'मार्फत घेणार आहोत.

स्वतःला प्राधान्य देत 'स्वयम् ३६५'ला आयुष्यात अग्रस्थान द्याल, ही आशा आहे.

धन्यवाद!

डॉ. प्रतिभा देशपांडे
मोबाईल : 98901 69559
E-mail: dilippratibha@gmial.com

तुमचे मनःपूर्वक आभार!

'स्वयम् ३६५'च्या प्रवासात डॉ. यश वेलणकर, माझी मैत्रीण अचला साबणे सतत माझ्याबरोबर होते. माझ्या सुख-दुःखात माझ्यासोबत सावलीसारखे असलेले माझे कुटुंबीय, मित्र-मैत्रिणी यांचे मी मनापासून आभार मानते.

गेली ४९ वर्षे प्रत्येक क्षणी ज्यांच्या साथीने मी प्रत्येक क्षण भरभरून जगले, तो माझा मित्र आणि जीवनसाथी दिलीप याचे माझ्यावर शतशः उपकार आहेत.

'दिलीप, काय म्हणू तुला, माझ्या आयुष्यात तुझं येणं ही एक सुखाची भावना आहे. तुझे खूप-खूप आभार!'

सकाळ प्रकाशन नेहमीच प्रत्येक पुस्तक देखणं करतं,
त्यांनी माझ्यावर जो विश्वास दाखवला त्याचा मी आदर करते.
आणि एक वचन त्यांना देते,
माझ्यावर टाकलेल्या विश्वासाला मी कधीही तडा जाऊन देणार नाही.

माझ्याकडे समुपदेशनासाठी येणाऱ्या साधकांना भरभरून जगताना पाहून मला खूप आनंद होतो; या साऱ्या साधकांचे आभार!

माझ्या वाचकांनी नेहमीच मला अधिकाधिक लिहिण्यासाठी प्रोत्साहित केलं, त्या वाचकांचे आभार!

तुमच्या मदतीशिवाय मला हे यश मिळाले नसते.
मी तुम्हां सगळ्यांची खूप आभारी आहे.

धन्यवाद!

प्रतिभा

अनुक्रमणिका

॥ महिना १० ॥

॥ महिना ११ ॥

॥ महिना १२ ॥

स्वयम् ३६५ : प्रवासाला सुरुवात!

प्रिय मित्र-मैत्रिणींनो,
आयुष्यात मस्त राहायचं,
मनापासून काम करायचं,
भरपूर व्यायाम करायचा आणि... मग पोटभर भोजन,
खळखळून हसायचं,
आनंद देणाऱ्या आठवणी, Forget and Forgive हा फॉर्म्युला,
रंगीबेरंगी जीवन जगताना सगळ्या गोष्टींचा मनसोक्त आस्वाद घ्यायचा,
चविष्ट, चुरचुरीत गप्पा हव्या मित्र-मैत्रिणींशी,
आपल्या धर्माचे पालन आणि धर्मांचा आदर,
त्यात माणुसकी धर्म म्हणजे जणू आपला आत्मा!
मस्त-मजेत जगताना थोडा बावळटपणाही हवा सोबतीला,
मूर्ख असायलाही हरकत नाही; शहाणपण आहेच की सोबतीला, निरागसपणाही बऱ्याच प्रमाणात,
किंचितशी बेफिकिरी तर हवीच; नाहीतर मग चुका कशा होणार आणि त्यातून शिकणार कसं?
चुरचुरीत फोडणी कष्टांची, दुसऱ्यांना मदतीचा हात द्यायलाच हवा.
आणि संकट...? येऊ देत की आली तरी, करू ना 'डट के' सामना त्यांच्याशी,
कारण आपलं तर बुवा ठरलंय...
जायचंय अशा गावाला 'जहां गम भी न हो, आसू भी न हो, बस प्यार ही प्यार पले'
'स्वयम् ३६५'च्या प्रवासात तुमचं स्वागत!

तुमची गोष्ट

दोन मित्र रात्री जंगलातून चालले होते. त्यांचे मार्ग अंधारामुळे अस्पष्ट होते. तेवढ्यात त्यांना झुडपांमध्ये हालचाल जाणवली. भीतीने ते जणू गारठून गेले.

एक जण म्हणाला, ''या अंधारात रस्ता शोधणं अशक्य आहे; सकाळपर्यंत जंगलातच थांबू.''

दुसऱ्याने असहमती दर्शवत म्हटले, ''कठीण असलं तरी चालत राहू.''

पहिल्याने जंगलात रात्र काढणं पसंत केलं. दुसऱ्याने अंधारातच आपला प्रवास सुरू ठेवला आणि दोन तासांत तो मुक्कामाला पोहोचला.

पहिला मात्र भीतीने आणि काळजीने संपूर्ण रात्र जंगलातील अंधारात थकून गेला.

दोघांच्या विचारांत काय फरक होता? एकाने त्याला हवं ते साध्य केलं, तर दुसरा अयशस्वी झाला.

एकाने 'अशक्य' हा शब्द वापरला, तर दुसऱ्याने 'कठीण' हा शब्द वापरला. त्यांचा दृष्टिकोन वेगळा होता. पहिल्या व्यक्तीने हे कार्य त्याच्या क्षमतेच्या पलीकडे असल्याचे लक्षात घेऊन ते अशक्य मानलं, तर दुसऱ्याने ते आव्हान म्हणून स्वीकारलं.

'हे अवघड आहे' म्हणणं आणि 'हे अशक्य आहे' म्हणणं यात फरक आहे. 'अवघड' शब्द असं सूचित करतो, की ध्येय साध्य करणं कठीण असलं तरीही शक्य आहे; तर 'अशक्य' शब्द असं सूचित करतो, की ध्येय पूर्णपणे असाध्य आहे, त्यामुळे प्रयत्न करायची गरज नाही. शब्दांतील छोट्याशा बदलांमुळे प्रेरणा आणि वृत्ती यांवर मोठ्या प्रमाणात परिणाम होऊ शकतो.

'परिस्थिती कठीण आहे' ही वस्तुस्थिती लोकांना आशा देऊ शकते, की त्यावर मात केली जाऊ शकते; परंतु 'ते अशक्य आहे' असं म्हणताक्षणी निराशा पदरी पडते. एखादे आव्हानात्मक कार्य सुरू करण्यापूर्वी लोकांना हार मानण्यापासून रोखण्यासाठी शब्द काळजीपूर्वक निवडणं महत्त्वाचं असतं.

'हे अशक्य आहे' यासारख्या वाक्यांना 'हे कठीण आहे' म्हणणं योग्य होईल.

'यश' आणि 'अपयश' हे दोन परिणाम इथे मिळतात.

मित्रहो, तुम्ही यश मिळवणाऱ्यांच्या गटातले आहात, की अशक्य वाटणाऱ्या गोष्टी 'बघू प्रयत्न करून' असं म्हणून शक्य करून दाखवणाऱ्यातले!

चला तर मग, घेऊ या आपलं आयुष्य आपल्या हाती, सज्ज होऊ या, 'स्वयम् ३६५'च्या गुहेत शिरण्यासाठी! या गुहेत तुम्हांला मिळणार आहेत अमूल्य अशा भेटी!

'आपलं आयुष्य आपल्याच हातात असतं; मग ते यश असो अथवा अपयश, त्याची जबाबदारी आपली स्वतःचीच असते,' हे सत्य आहे. आपल्या साऱ्यांची काही स्वप्नं असतात. ती प्रत्यक्षात येतील अशी आशा आपल्याला असते. आपण निवडलेल्या मार्गावर चालत राहण्यासाठी, आपल्यातल्या अनेक सुप्त गुणांना शोधणं गरजेचं असतं.

'स्वयम् ३६५' हे काम चोखपणे आणि निश्चितपणे करेल.

- आपल्याकडे जे आहे त्याची अधिक जाणीव होऊन, या साधनाच्या साहाय्याने त्याचं जतन कसं करायचं, ते आपल्याला समजेल.
- आपला मानसिक सुसंवाद वाढेल, नातेसंबंधातला एकोपा, ऐक्य वाढेल.
- या साधनाद्वारे आपण प्रवास करू.
- आपला प्रवास आपल्याला मनाच्या अगदी तळाशी घेऊन जाईल.
- आपल्याला आपल्याकडे पाहण्याची अंतर्दृष्टी लाभेल.
- आपल्यात अलौकिक बुद्धिमत्ता दडली आहे, हे आपल्या लक्षात येईल तेव्हा आपलं आपल्यालाच आश्चर्य वाटेल!
- सौंदर्याचा खरा अर्थ आपल्याला समजेल.
- आपला आंतरिक आवाज काय सांगू पाहत आहे, हे आपल्याला समजेल.
- आपण आपल्या शरीर-मनाची पूजा करायला लागू.
- भविष्यात आपण आपल्या देह-मनाला मंदिर समजू, हे नक्की!
- आपल्या प्रत्येकात सोन्याची खाण दडलेली असून स्वतःचा शोध घेताना आपण तिच्यापर्यंत पोहोचू शकू.
- आपल्या जीवनाला नवा अर्थ लाभू शकेल.
- एक नवा, सर्वोत्कृष्ट 'मी' समोर येईल.

अर्पणपत्रिका

आंतरिक शांतीचं हे जग कुणाला अर्पण करायला आवडेल तुम्हांला?
तुमच्या जवळची व्यक्ती, स्नेही, गुरू किंवा इतरही कुणी असू शकतं.
अशी व्यक्ती जिला तुमची आणि तुम्हांला जिची काळजी, कदर आणि पर्वा वाटते.
अशी एकच व्यक्ती असावी, असं नाही;
एकाच वेळेस तुम्ही अनेकांना हे अर्पण करू शकता.
या व्यक्ती आपल्या आयुष्यात महत्त्वाच्या का आहेत, हे तुम्ही नमूद करू शकता.

मी 'स्वयम् ३६५'

....

....

....

....

यांना अर्पण करत आहे.

दोन्ही हात पसरून मोठ्याने म्हणा!

‘स्वयम् ३६५’
हा उत्सव आहे, शांती, सौंदर्य, आनंद, पावित्र्य, तेज आणि एकरूपता यांचा!
माझ्या जीवनाचं हे प्रतिबिंब आहे.
नवीन काही शिकावं, इतरांना मदत करावी यांत मला आनंद आहे.
व्यक्ती म्हणून विकसित होत अधिक चांगलं माणूस होणं, हे माझं ध्येय आहे.
माझे विचार यातून व्यक्त होतात, म्हणूनच हा माझा सर्वांत अमूल्य ठेवा आहे.

....
सही

तुमचं प्रतिनिधित्व करणाऱ्या फुलाचं चित्र इथे काढा.

‘स्वयम् ३६५’च्या संपूर्ण प्रवासात पुढील विचार सतत मनात ठेवा!

माझा प्रत्येक दिवस अगदी उत्तम असणार आहे.

मला माझ्या आंतरिक जगाचा शोध लागत आहे...
माझ्या आंतरिक जगात ज्ञात-अज्ञात गोष्टी मला वेढून आहेत.
माझ्या या आंतरिक जगात आशा, स्वप्नं आणि उद्दिष्टं
यांना मिळेल खतपाणी आणि होईल त्यांचं संगोपन.

आनंद, समाधान आणि सौंदर्याने माझं जीवन परिपूर्ण आहे.
मी जी/जो आणि जशी/जसा आहे, त्या माझ्यातल्या ‘मी’वर
मी करत आहे प्रेम,
ठेवत आहे विश्वास,
देत आहे आदर
आणि
करत आहे मी स्वीकार माझाच!

नकारात्मक ऊर्जेचा कणही फिरकला आसपास तरी
त्याच्याकडे दुर्लक्ष करणं ही आहे गुरुकिल्ली हा प्रवास पार पाडायची.
माझ्या निश्चयाला सकारात्मक दिशेने पुढे नेण्याची निवड मी करत आहे.

यशासाठी हवं सातत्य; मी तेच आत्मसात करणार आहे.
माझं मन मला प्रेरित करेल तेव्हाच ऐकेन मी त्याचं म्हणणं.

दर दिवशीचं ठरवलेलं कार्य पूर्ण केल्यावर,
मी देणार आहे माझ्याच पाठीवर शाबासकीची एक थाप....

उत्कृष्टतेकडे प्रवास सुरू करताना हवी समर्पित भावना
आणि कठोर परिश्रम करण्याची तयारी.
मार्गावर आव्हानं उभी ठाकतील.
सरतेशेवटी, साऱ्याचं चीज होईल.
सातत्य, चिकाटी, काटकपणा आणि लवचीकपणा,
यांच्या जोडीने मी पोहोचेन ध्येयापर्यंत.
परिस्थिती कशीही उद्‌भवली तरी जात राहीन मी पुढेपुढेच... निरंतर.
माझ्यात आहे धैर्य आणि आत्मविश्वास!

एक सुंदर 'उद्या' निर्माण करण्याचं ध्येय बाळगलं आहे मी उराशी.
त्यासाठी आहे माझा ध्यास, हाच माझा वसा!

(इथे तुमचा एक छानसा फोटो लावा.)

महिना

१

पहिला आठवडा

पोर्ट्रेट

या कथेतून काहीतरी महत्त्वाचं उमगेल जे आपण आपल्या मुठीत घट्ट धरून ठेवलं पाहिजे. आपल्या जीवनातील सर्वांत महत्त्वाच्या नातेसंबंधांबद्दल काही अंतर्दृष्टी मिळवण्यासाठी ही कथा.

गेल्या काही दिवसांत मी आरशात डोकावणं थांबवलंच आहे. माझं हे विचित्र वागणं आरशाच्याही लक्षात आल्यावाचून राहिलं नाही.

''काय बिनसलं आहे? हल्ली मला टाळते आहेस की काय?''

मी जरा त्रासूनच म्हटलं, ''मी कशाला टाळू तुला? पण तुझ्यात डोकावण्यात अर्थ तरी काय, असं वाटतंय मला. मी कशी दिसते ते चांगलं ठाऊक आहे मला. मुख्य म्हणजे, तू इतका अस्वच्छ आहेस ना; मला माझी अस्पष्ट प्रतिमा दिसणार आहे, हे माहीत असताना तुझ्यात पाहण्यात काय अर्थ आहे? मला भावणार नाही अशी स्वत:ची मलिन प्रतिमा निर्माण करण्यात मला काहीएक स्वारस्य नाही. मी तुझ्यात कशी दिसते त्यापेक्षा मी खरी जशी आहे ना, तसंच रूप लक्षात ठेवायला आवडेल मला.''

माझं उत्तर ऐकून आरशाला आश्चर्य वाटलेलं दिसलं.

''छे, छे, मी आणि अस्वच्छ! माझा विश्वासच नाही बसत! सकाळीच तर कुणीतरी पुसलं होतं मला.''

''तसं असेल, तर मला का घाण दिसतो आहेस तू?''

''तू थोडी त्रासली आहेस का? कुणावर चिडली आहेस का?''

''सगळ्यांवर... अख्ख्या जगावर! मी आपली सगळ्यांवर जीव लावते. नातेवाईक असोत की मित्र-मैत्रिणी; प्रत्येकासाठी धावून-धावून कामं करते, जमेल ते सगळं करते प्रत्येकासाठी. भले मला त्यासाठी वाटेल ते कष्ट घ्यावे लागले, तरी मी त्याचं काही वाटून घेत नाही रे! पण ज्यांच्यासाठी हे सगळं करते त्यांना त्याचं काही कौतुक आहे का...? मुळीच नाही. ना कुणी माझं काही ऐकून घेत, ना कुणाला माझी काही पर्वा आहे! आरशा, अरे, नात्यातला विश्वास गमावला आहे, बघ मी. मला तर लक्षात येतंय की, प्रत्येक जण माझा जमेल तसा गैरफायदा घेतोय. एकही व्यक्ती नाही अशी जी माझा विचार करत असेल. माझ्या मनात येणाऱ्या या विचारांवर विश्वास ठेवणं फार कठीण गेलंय मला. पण तेच एकमेव खरं आहे बघ. तू देशील का या प्रश्नाचं उत्तर?''

''अग, जरा धीर धर! देतो मी उत्तर. पण आधी तू मला सांग, तुझ्या मते नातं म्हणजे काय?''

''अरे, नातं म्हणजे काय, असं काय विचारतोस? प्रत्येकाच्या आयुष्याचा महत्त्वाचा भाग असतात नाती. त्यातून केवढातरी आनंद मिळतो ना! माझंच बघ; माझं कुटुंब, मित्र-मैत्रिणी, सहकारी... प्रत्येकाशी नातं आहे माझं. ही सगळी नाती माझ्यासाठी फार महत्त्वाची आहेत; पण मी त्यांच्या लेखी महत्त्वाची आहे की नाही, याची मला नाही खात्री. ही नाती अर्थपूर्ण आणि आधार देणारी असावीत यासाठी आटोकाट प्रयत्न करते मी. मात्र समोरून माझ्या प्रयत्नांची दखल घेतली गेली नाही, तर माझा उद्देश पूर्ण होतो की नाही, ते समजणं कठीण असतं रे! ही नाती दृढ करायला मी माझ्याकडून सर्वोत्तम प्रयत्न करते, हे माहीत असल्याने मला अगदी बरं वाटतं. भले त्यातून काहीही हाती येवो किंवा न येवो! माझ्या रक्ताच्या नात्याची माणसं..., त्यांचंही वागणं अगदी असंच. नेमकं कोणतं नातं महत्त्वाचं, हा प्रश्न पडतो बघ मला कधी-कधी – आई-मुलाचं, नवरा-बायकोचं, की आणखी कुठलं? तशी खात्री नाही देऊ शकत. पण एक कळतं मला, प्रत्येक नातं टिकवायला दोन्ही बाजूंनी प्रयत्न करावे लागतात, समजून घ्यावं लागतं. प्रेम आणि प्रयत्नांची सांगड नसेल ना, तर खऱ्या अर्थाने आपण जोडले जाणारच नाही.''

''तुला काय वाटतं? कुठलं नातं आपल्या दृष्टीने सगळ्यांत महत्त्वाचं असतं?''

''उत्तर ठाऊक नाही म्हणून तर तुला विचारलं ना!''

''तरीपण विचार कर.''

''सगळ्यांत महत्त्वाचं नातं कोणतं हे ठरवण्यापूर्वी मी कोणती जीवनमूल्यं महत्त्वाची मानते त्याचा विचार आधी करावा लागेल. त्यानंतर ज्या नात्यातून मला सर्वाधिक सौख्यानंद मिळतो ते नातं मी सगळ्यांत पुढे ठेवेन. मला असं म्हणायचं आहे की, माझा जरा गोंधळ होतो आहे. निर्णय घेण्यापूर्वी मला जरा विचार करायला वेळ हवा की, माझ्या दृष्टीने खरोखरच काय महत्त्वाचं आहे. त्यासाठी मला माझ्याच अंतरंगात खोल डोकावून पाहावं लागेल. योग्य कारणांसाठी मला योग्य निर्णय घ्यावा लागेल. भीतिपोटी किंवा ऊर्मींच्या आहारी जात चूक करणं टाळावं लागेल. याचा सगळा विचार करून मगच माझा सर्वोत्तम निर्णय मी घेऊ शकेन.''

''ठीक आहे. मी करतो तुला त्यासाठी मदत. आता माझ्या सूचनांचं पालन कर. तुला आता दोन खोल्यांमध्ये जायचं आहे. पहिली खोली आहे तुझ्या डावीकडे. उजव्या हाताच्या दुसऱ्या खोलीत सगळ्यांत शेवटी शिरायचं आहे तुला!''

''खोल्या...! कोणत्या खोल्या...! कुठे आहेत त्या..! माझ्या घराला अजून दोन खोल्या आहेत..!''

''थोडा विश्वास ठेव माझ्यावर आणि डोळे बंद कर!''

''ओके!''

''मस्त! उघड आता. मागे वळून पाहा. दिसल्या का खोल्या?''

''अरेच्चा! जादूगार आहेस की काय! या घरात राहते मी, आणि तरीही इथे या दोन नवीन खोल्या आहेत, हे कसं नाही कळलं मला आजवर!''

उत्तरादाखल आरसा फक्त मोठ्याने हसला.

मग त्याने सुचवलं, ''आता पहिल्या खोलीत जा.''

''आणि काय करू नेमकं?''

''आत गेल्यावर काय करायचं याबद्दल सगळ्या आवश्यक सूचना दारावर दिल्या आहेत. तू फक्त त्यांचं पालन कर. चालेल ना तुला?''

''हो, चालेल म्हणा. पण बाहेर कधी यायचं मी?''

''तुला वाटेल तेव्हा!''

त्याच्या सूचनेनुसार मी पहिल्या खोलीत प्रवेश केला.

चोवीस तासांनी मी परतले.

''काय मग... कसा होता अनुभव?''

''पहिल्या दारावर लिहिलं होतं, 'दुसऱ्यांना बदला, जगाला बदला.'''

''हो का...! आत गेल्यावर काय केलंस मग तू? बदललंस का दुसऱ्यांना, जगाला?''

''नाही. मी प्रयत्नांची पराकाष्ठा केली, पण कुणाची इच्छाच नाही ना बदलायची! एक मोलाचा धडा शिकले बाबा मी या प्रयत्नातून. एखाद्याच्या मनात नेमकं काय सुरू आहे हे मला माहीत नसेल तर त्याला बदलणं मला शक्य आहे का? आरशा, मला एक सांग; याचा दुसरा अर्थ असा होईल का, की माझ्या मनात काय विचार आहेत, हे समजून घेणं दुसऱ्याला शक्य होणार नाही?''

''कदाचित! खरं सांगायचं तर तू जे म्हणालीस तेच खरं आहे.''

''अजिबात शक्य नाही कोणालाही बदलणं!''

''खात्री आहे का तुला तशी?''

''शंभर टक्के! मी कुणालाही बदलू शकत नाही. मी कुणाला कितीही, काहीही सांगितलं तरी, आपल्याला काय करायचं आणि ते कसं करायचं याबद्दल प्रत्येकाच्या ठाम कल्पना आहेत. सरतेशेवटी, हवे ते बदल करण्यासाठी कृती करणं हे केवळ आणि केवळ त्यांच्या हातात आहे. त्यांच्या मते, त्यांचं वागणं एकदम 'परफेक्ट' आहे. माझ्या नियंत्रणाबाहेर आहे ते सगळं. त्यांना बदलण्याचा प्रयत्न करणं ही निव्वळ वैतागवाडी आणि वेळेचा अपव्यय आहे रे, बाबा!''

''तुला यातून शिकता आलं याचा आनंद आहे मला.''

''पण हताश वाटतंय. कारण इथून पुढे मी माझं आयुष्य मला हवं तसं नाही जगू शकणार.''

''काय झालंय तुला? इतकी भावनाप्रधान का झालीस एकदम?''

''मग काय करू?''

''खोल श्वास घे छाती भरून... शांत हो थोडीशी! अजून एक खोली राहिली आहे पाहायची, लक्षात आहे ना!''

''काय आहे त्या दुसऱ्या खोलीत? इतकी महत्त्वाची तरी आहे का ती?''

''आत जाऊन बघ.''

''मला नाही वाटत काही असेल आत. खात्री आहे मला... लगेच बाहेर येईन.''

कसं कोण जाणे, मला जे वाटलं होतं ते चुकीचं ठरलं. त्या खोलीतून परत यायला मला कैक दिवस लागले. खरंतर वर्ष तरी उलटलं.

मला बघून आरशाच्या चेहऱ्यावर प्रसन्नता जाणवली.

''वर्ष लागलं तुला परत यायला. नेमकं केलंस तरी काय?''

''माझा अनुभव विलक्षण, भारावून टाकणारा आहे, तो शब्दांत मांडणंसुद्धा कठीण आहे. भरपूर करण्यासारखं होतं. मी अगदी पहिल्यापासून सुरुवात करते.''

''हो, हो; सगळं सांग. मला ऐकायचंय तुझ्या अनुभवांबद्दल!''

''तुला तर आठवत असेलच की, पहिल्या खोलीत जाऊन आल्यावर माझ्या लक्षात आलं होतं की, जगाला आणि इतरांना बदलवणं केवळ अशक्य आहे. तिसऱ्या खोलीवरच्या 'बदला स्वत:ला' या पाटीने माझं स्वागत केलं. आधी तर मला अर्थच नाही समजला त्याचा. मला वाटलं, मी इतकी परफेक्ट आहे, की मी माझ्यात काय बदल करायचा...? आणि का बदलायचं? पण नंतर मनात आलं, बदलायची गरज पडलीच तर काय करावं लागेल. मग ठरवलं की, 'बदलू स्वत:ला'. आणि त्या आनुषंगाने मनात विचार सुरूच झाले. हे करता येईल, ते करता येईल, असं वाटू लागलं. सगळ्यांत आधी मी मला वाटणारी असुरक्षितता लक्षात घेत त्यावर काम केलं. माझी ध्येयं /उद्दिष्टं काय आहेत, हे लक्षात घेत त्यावरही काम करायला सुरुवात केली. मन लावून स्वत:वर काम करायला सुरुवात करताच माझ्या हाती निष्कर्ष येऊ लागले. मी जशी व्यक्ती होऊ पाहत होते तशीच झाले की!''

''काय सांगतेस!''

''करण्यासारखं खूप काही होतं, अजूनही आहे. आरशा, मला एक सांग रे, मला स्वत:ला बदलायचं असेलच तर नेमका कशात बदल घडवून आणायचा, हे माहीत हवं ना मला!''

''अगदी बरोबर!''

''थँक्यू! स्वत:ला समजून घेण्यासाठी मी भरपूर वेळ दिला. स्वत:ला बदलण्याचा विचारही कधी केला नव्हता मी. त्यामुळे सुरुवातीला माझा जरा

गोंधळच उडाला होता. 'मीच बरोबर असते' असा माझा ठाम विश्वास होता ना तेव्हा! मग मी स्वत:ला बदलण्याची गरजच काय असं वाटायचं मला.''

''अग, प्रत्येकाचं तसंच होतं.''

''माझ्या लक्षात आलं की, मी माझ्या मेंदूत भरलेलं सॉफ्टवेअरच मुळात चुकीचं होतं. समज आणि गैरसमज या गोष्टी माझ्यात अगदी खोलवर, घट्ट रुतून बसल्या होत्या. नाती म्हटली की अपेक्षा असणारच, तशा त्या ठेवल्याच पाहिजेत, ही माझ्या मनाची घडण होती. मनाच्या कानाकोपऱ्यांत जाळी-जळमटं जमली होती. ती सगळी स्वच्छता करणं, ती घडण बदलणं फार जिकिरीचं ठरलं. खूप यातायात करावी लागली त्यासाठी.''

''गमतीशीर आहे हे सगळं जाणून घेणं!''

''मनावर गैरसमजांची पुटं चढली होती, नुसते गैरसमज! ते सगळं बाहेर काढताना फार दमायला झालं... पण जमलं सगळं! तितकं करून मी थांबले नाही. सगळा कचरा एका कप्प्यात भरला आणि तो कप्पा बंद केला. अबब! केवढा तो ढीग! किती फापटपसारा गोळा करून ठेवला होता मी, निष्कारण! धक्काच बसला मला! त्यानंतर सावकाश; पण निश्चितपणे माझ्या मनात काहीतरी हालचाल सुरू झाली. समज-गैरसमजांच्या त्या ढिगाखाली कैक काळ दबून बसलेल्या काही सुंदर गोष्टी आहेत, याचा शोध लागला मला. तोवर मला त्यांची जाणीवदेखील नव्हती. किती हे धक्कादायक!''

''वा! काहीतरी खूप छान ऐकतो आहे मी हे!''

''मात्र, ही जाणीव परिचित नव्हती. त्यापायी मी मुळापासून हादरले होते... गारपीट झाल्यासारखं, की समुद्रमंथन! मला लक्षात आलं, की बंद केलेल्या कप्प्यात होतं निव्वळ विष! काय नव्हतं सांग त्याच्यात...? संताप, वासना, चीड, कोप, ईर्ष्या, द्वेष, असूया, आकस, भ्रम, लोभ; या आणि अशाच इतर भावनांचं गरळ! दंश करणाऱ्या त्या प्रत्येक विषापासून माझं मन सरतेशेवटी मुक्त झालं होतं. तरी ते पूर्णपणे रिकामं झालं नव्हतंच.

''मी ज्याला माझी प्रतिष्ठा समजत आले होते, तो अहंकार बसला होता दबा धरून, जमेल तेव्हा फणा उगारायला. मनही हेकटच... सोडतच नव्हतं अहंकाराला. पण मी काहीएक ऐकून घेणार नव्हते. चांगला झाडू घेतला हातात आणि काढलं ठोकून त्याला. अखेर जमलं बघ. त्यातून माझं मन अगदी निरभ्र झालं, लख्ख झालं! मनाला शांतीची नवी जाणीव झाली, स्पष्टता आली,

आशा आणि सकारात्मकता जाणवू लागली. आता माझ्या पोतडीत होतं प्रेम, दयाळूपणा, समर्पित भावना, निष्ठा, नम्रता, संयम, सहनशीलता आणि आत्मीयता! मुक्त झाल्याने जाणवणारी शांतता वेगळीच होती... अगदी नीरव! जणू काही मी स्वतःविरुद्धचं युद्ध जिंकलं होतं. वेगळाच दृष्टिकोन लाभला होता मला. त्यामुळे नव्या प्रवासाला सुरुवात करायची माझी तयारी झाली होती....

''मित्रा, असा होता माझा सारा अनुभव!''

''अप्रतिम!''

''धक्कादायक शोध लागला आहे, नाही का!''

''शोध...? तो कोणता...?''

''माझ्या दृष्टीने सर्वांत महत्त्वाचं नातं कोणतं याचा शोध!''

''तुझा तुलाच हा शोध लागू शकला याचा मला खरंच खूप आनंद झाला आहे. सांग बरं, कोणतं आहे ते नातं?''

''जे माझं माझ्याशी आहे. मला आयुष्य सुखासमाधानाने, आनंदात, शांतपणे जगायचं असेल, ते सुंदर करायचं असेल तर मुळात माझं स्वतःशी नातं असायला हवं. मी आधी स्वतःवर प्रेम करू शकले तर आणि तरच इतरांवर प्रेम करणं मला शक्य होईल. मला आधी स्वतःशी मैत्री करावी लागेल. एखादी गोष्ट माझ्यात नसेल, तर मी ती दुसऱ्याला देणार तरी कशी? पटतंय का तुला?''

''अगदी शंभर टक्के!''

''माझा सर्वोत्तम मंत्र असा असेल – मला स्वतःबद्दल आत्मविश्वास असेल तर इतरांबरोबरच्या नात्यांचा खरा अर्थ समजून घेणं मला शक्य होईल. हे जेव्हा मला उमगलं ना, आरशा! तेव्हा ती सबंध प्रक्रिया समजून घेत स्वतःला बदलणं मला सहज सोपं झालं. इतरांना समजून घेणं, स्वीकार करणं आणि प्रेम करणं यापूर्वी इतकं सोपं कधीच वाटलं नव्हतं. मानवी नातेसंबंध आणि त्यांचं महत्त्व याबद्दल मला अधिकाधिक कौतुक वाटू लागलं. इतरांशी एकोपा राखत जगणं मला जमू लागलं.''

''पैकीच्यापैकी गुण तुला यासाठी! तसाही पेपर काही कठीण नव्हताच.''

''पटतंय मला तुझं. माझे पूर्वग्रह आडवे येत होते. स्वतःचं स्वतःशी असलेलं नातं विसरून गेले होते मी... सगळी खटपट होती ती इतरांना, बाह्य

जगाला बदलण्याची. आज म्हणशील तर माझं स्वत:शी असलेलं नातं अगदी प्रामाणिक झालं आहे, त्यामुळेच इतरांचा आणि जगाचा स्वीकार जसा आहे तसा करणं मला शक्य झालं आहे.''

''खरं आहे! आपलं स्वत:शी असलेलं नातं सगळ्यांत महत्त्वाचं असतं. स्वत:चं मोल आपण जाणतो, स्वत:ची काळजी घेऊ लागतो, तेव्हा आपल्या आयुष्यातली इतर नाती स्वाभाविकपणे आपल्या पाठोपाठ येताना आपल्याला दिसू लागतात.''

स्वाध्याय

- या गोष्टीबद्दल तुमचं मत काय झालं? ही गोष्ट तुमच्याशी निगडित आहे असं तुम्हांला वाटलं का?
- या कथेतून तुम्ही सगळ्यांत कोणता महत्त्वाचा धडा शिकला आहात, असं तुम्हांला वाटतं?
- नवा आणि ताजा दृष्टिकोन मिळवण्यासाठी स्वत:च्या अनुभवावर आधारित एखादी गोष्ट लिहायला थोडा वेळ काढा.
- दुसरी खोली ही 'जीवन बदलणारी खोली' आहे. 'तुमची जीवन बदलणारी खोली' याबद्दल तुमच्या विचारांचे वर्णन करा.

एक वचन स्वत:चे स्वत:ला –

माझं शरीर हे एक मंदिर आहे.
त्याची पूजा करण्याचा सर्वोत्तम मार्ग म्हणजे
स्वत:च्या देह-मनाची उत्तम काळजी घेणं.
भावनिक आरोग्य जपायला मी नेहमीच प्राधान्य देईन.
त्याचं पावित्र्य जपणं ही माझी अंतिम जबाबदारी आहे.

दुसरा आठवडा
माझी प्रार्थना

अर्थ समजूनउमजून न घेता प्रार्थना करणं, म्हणजे आत्म्याशिवाय शरीर!

प्रार्थना तर आपण सर्व जण करतोच. तर मग आधी समजून घेऊ...या त्याचा अर्थ.

प्रार्थना आपल्याला आशा आणि आधार देते. मन शांत होऊ लागलं की आपण विनम्र होतो. नियमित प्रार्थनेने आत्मविश्वास वाढतो. आपण स्वतःबद्दल जितके अधिक जाणतो तितके आपल्याला आपल्याबद्दलचे सकारात्मक घटक दिसू लागतात. आव्हानांना तोंड देण्याची आपली क्षमता विकसित होते. परिणामतः आपल्या आध्यात्मिक आणि भावनिक क्षमता अधिक बळकट होऊ लागतात.

प्रार्थनेच्या सामर्थ्याला विज्ञानाचादेखील पाठिंबा आहे. प्रार्थना संपूर्ण श्रद्धेने केली, तर ती निश्चित फळाला येते. 'पेरावं ते उगवतं' हे तंत्र त्यामागे आहे.

आपलं अबोध मन जेव्हा आपल्या कल्पनाशक्तीला आणि अत्यंत सखोल अशा आंतरिक विचारांना प्रतिसाद देतं तेव्हा आपल्या प्रार्थना फळाला येते. आपल्या बोध मनाला (Conscious mind) जे हवं आहे ते आपण प्रार्थना करताना अबोध मनावर (Sub-conscious mind) ठसवत राहतो. एखादी गोष्ट पुनःपुन्हा केली की आपल्या अबोध मनाकडून त्याची नोंद घेतली जाते. आपल्या विचारांना आपल्या दुर्दम्य इच्छा आणि गरजा यांच्याशी जोडण्याचं काम प्रार्थना करते. आपल्या उद्दिष्टांशी प्रार्थनेची सांगड घालणं, प्रार्थना समजूनउमजून पुनःपुन्हा म्हणणं यातून आपण आपले विचार आपल्या दुर्दम्य इच्छांशी तर जोडतोच; शिवाय, आपल्या नकळत आपण ते आपल्या शरीर-मनाशी जोडतो. परिणामतः स्वयंस्फूर्तीने प्रतिसाद दिला जातो.

प्रार्थनेचं एक तंत्र आहे. सदसद्‌विवेकबुद्धीला स्मरून आणि वारंवार केली असता प्रार्थना अर्थपूर्ण होते आणि अचेतन (सुप्त अर्धजागृत) स्थितीला पोहोचते. आपली प्रार्थनेवर किती श्रद्धा आहे त्यावर तिच्यातून प्राप्त होणारं यश अवलंबून आहे. प्रार्थना ही आपल्या दैनंदिन नित्यक्रमाचा भाग व्हायला हवी आणि आपल्या विवेकी बोध-अबोध मनात ती घट्ट रुजायला हवी.

प्रार्थना करायला कुठलीही वेळ चांगलीच असते; पण सकाळी उठल्या-उठल्या, अंघोळ झाल्यावर आणि रात्री निजण्यापूर्वीची वेळ ही फार उत्तम असते. सकाळच्या प्रार्थनेमुळे तुम्ही दिवसभर तुमच्या उद्दिष्टांवर लक्ष केंद्रित करणार आहात. यातून तुम्हांला आंतरिक शांती-समाधानाची भावना मिळेल. रात्री प्रार्थना करण्याने मन शांत होऊ शकतं. यामुळे दिवसभरात घडलेल्या गोष्टींचा आढावा घेत स्वतःला आत्मविश्वासाने दुसऱ्या दिवसासाठी उत्तम रीतीने तयार करणं शक्य होतं. प्रार्थनेच्या माध्यमातून आध्यात्मिकदृष्ट्या जोडले जाण्याची जाणीव होऊ शकते.

लक्षात ठेवा –

प्रार्थनेच्या शक्तीने मनाला शांती आणि शांतता लाभते.

आपली जिथे आणि ज्यावर श्रद्धा आहे त्यांच्याशी आपण जोडले गेलो आहोत, ही जाणीव होते.

कृतज्ञता आणि दखल घेण्याची जाणीव निर्माण होते.

शारीरिक आणि मानसिक आरोग्यासाठी लाभदायक ठरते.

स्वाध्याय

- कुठली प्रार्थना म्हणायची, हे तुम्हीच ठरवायचं. त्यासाठी ती लिहून काढा.
- प्रार्थना करताना सर्वव्यापी परमेश्वर / ईश्वर / तुमची ज्या कुणावर-कशावर श्रद्धा आहे, त्यांच्याप्रति मनात समर्पणाची भावना आणलीत, तर एका वेगळ्याच उर्मीने तुम्हांला अधिक मानसिक बळ मिळेल.

प्रार्थना करण्याची वेळ

प्रार्थना करायला कुठीही वेळ चांगलीच असते; पण सकाळी उठल्या-उठल्या, अंघोळ झाल्यावर आणि रात्री निजण्यापूर्वीची वेळ ही फार उत्तम असते, का?

सकाळी उठल्याबरोबर आणि रात्री झोपण्यापूर्वी प्रार्थना करण्याचं महत्त्व

आपल्या मेंदूची ग्रहणक्षमता जास्त असेल तेव्हा प्रार्थना केली तर आपल्याला जे साध्य करायचं आहे ते लवकर साध्य करता येईल. त्यासाठी काही जुजबी; पण महत्त्वाची माहिती :

दिवसाची वेळ, झोपेचं चक्र, मनाची अवस्था, भावना आणि अवधानाची पातळी या सर्वांनुसार मेंदूची ग्रहणक्षमता बदलत राहते. विविध लहरींदरम्यान मेंदूकडून माहिती आणि अनुभव यांवर प्रक्रिया केली जाते. सरसकटपणे पाहिलं तर काही विशिष्ट मेंदूलहरी या नवीन माहितीप्रति अधिक ग्रहणक्षम असतात. शिवाय, त्या अशा माहितीचा अधिक मोकळेपणाने स्वीकार करतात. मेंदूमध्ये पुढीलप्रमाणे मेंदूलहरी वारंवारिता दिसून येते :

- **थिटा लहरी :** सौम्य ध्यानधारणा, मनाने दृश्यनिर्मिती (Visualization) आणि सखोल शिथिलीकरण (Deep relaxation) या बाबींशी थिटा लहरींची सांगड घातली जाते. त्यातून सर्जनशीलता, आत्मप्रेरणा आणि अंतर्दृष्टी विकसित होते.
- **अल्फा लहरी :** मनाच्या शिथिल; तरीही एकाग्र अवस्थेशी अल्फा लहरींची सांगड घातली जाते. यातूनदेखील सर्जनशीलता, आत्मप्रेरणा आणि अंतर्दृष्टी विकसित होते. या लहरींमुळे शिकणं, स्मृती (लक्षात ठेवणं) आणि एकाग्रता या बाबी विकसित होऊ शकतात. या लहरी आपण जागृत असतो; पण डोळे मिटून आराम करत असतो तेव्हा उत्पन्न होतात. अगदी थोडक्यात सांगायचं तर, सकाळी उठल्याबरोबर काही मिनिटं आणि रात्री झोपायच्या आधीची काही मिनिटं. अशा वेळी आपल मेंदू अतिशय ग्रहणशील असतो, म्हणून या दोन वेळी प्रार्थना अवश्य करावी.
- **गॅमा लहरी :** समस्या सोडवणं आणि विश्लेषणात्मक विचार करणं यांसारख्या उच्च दर्जाच्या आकलनात्मक/बोधात्मक प्रक्रियांशी गॅमा लहरींची सांगड घातली जाते.

- **डेल्टा लहरी :** अतिशय गाढ झोपेत असताना डेल्टा लहरींचा प्रभाव असतो. या टप्प्यावर माहितीवर प्रक्रिया करणं आणि ती संघटित करणं यासाठी मेंदू अधिकतर ग्रहणक्षम असतो.

प्रत्येक लहर वारंवारिता (Frequency) मेंदूकडून ग्रहण केली जाऊ शकते. विविध परिस्थितींसाठी विविध मेंदूलहरी-तरंग उपयुक्त ठरतात.

आपला मेंदू सर्वाधिक ग्रहणक्षम कधी असतो?

- मनाच्या काही विशिष्ट अवस्थांमध्ये : जसं की, ध्यानधारणा करताना, शांत असताना, आपला मेंदू नवीन माहिती ग्रहण करण्याच्या दृष्टीने अधिक ग्रहणक्षम असतो. सौख्य, कृतज्ञता आणि रुची यांसारख्या सकारात्मक भावना अनुभवताना मेंदू नवी माहिती स्वीकारत तिच्यावर प्रक्रिया करायला अधिक सज्ज असतो.

- झोपेत आपला मेंदू अतिशय सक्रिय असतो. दिवसभरात मिळालेले अनुभव आणि माहिती यांवर प्रक्रिया करणं, आठवणी दृढ करणं या बाबी झोपेत केल्या जातात. डोळ्यांची हालचाल होत असताना (REM - Rapid Eye Movement) समस्या निराकरण आणि सर्जनशील कल्पना याकरिता मेंदू सर्वाधिक तत्पर (ग्रहणक्षम) असतो.
- इतकंच नव्हे; तर सकाळी लवकर किंवा आपल्याला जाग येऊन आपण उठतो त्या मधल्या टप्प्यात किंवा जाग येत असताना आपल्या मेंदूकडून अल्फा आणि थिटा हे तरंग निर्माण होत असतात. या दरम्यान मेंदू निद्रावस्थेतून जागृती अवस्थेत येत असतो. या वेळेस शांत आणि शिथिल होत लक्ष एकाग्र करायला, त्याचप्रमाणे स्वास्थ्याची जाणीव वाढवायला, ताण आणि नैराश्य कमी करायला, दिवसभर मानसिक स्तरावर स्पष्टता, सर्जनशीलता आणि कार्यक्षमता वाढवायला मेंदूला या लहरींची मदत होते.

●●●

तिसरा आठवडा
शरीराचे आरोग्य

आपलं शरीर आणि मन यांचं एक अतूट नातं आहे. ते एकमेकांशी जोडले गेलेले आहेत. तन आणि मन कोणीच एकमेकांपासून वेगळं करू शकणार नाही इतकी त्यांची जोडणी घट्ट आहे. मग शरीर निरोगी नसेल तर मन कसं निरोगी राहील? तब्येत बिघडल्याने एखाद्या व्यक्तीच्या शारीरिक हालचालींना मर्यादा आली, तर ती व्यक्ती आनंदी कशी राहील? अशा व्यक्तीची चिडचिड वाढेल, आत्मविश्वास कमी होईल, न्यूनगंडाची भावना वाढेल. म्हणून शरीर-मनाचं ऐक्य असायलाच हवं. निरोगी आणि आनंदी जीवनशैली हवी असेल, तर सर्वप्रथम शारीरिक स्वास्थ्य जपायलाच हवं. 'स्वयम् ३६५'चा रोख मानसिक आरोग्याकडे असला, तरी सुरुवातीला शारीरिक आरोग्याकडे लक्ष देणं गरजेचं आहे. एखाद्या व्यक्तीचा रक्तदाब (ब्लड प्रेशर) किंवा रक्तशर्करा (ब्लड शुगर) यांची पातळी वर-खाली होऊ लागली की त्या व्यक्तीची वागणूक, प्रतिसाद देणं आणि स्वभाव या गोष्टींवर त्याचा विपरीत परिणाम दिसू लागतो.

म्हणूनच, आधी शारीरिक आरोग्यावर काम करू या. आरोग्यविषयक कुठल्याही समस्येतून बाहेर पडण्यासाठी नियमित तपासणी आणि स्क्रिनिंग (चाचण्या) करणं ही पहिली महत्त्वाची पायरी ठरते.

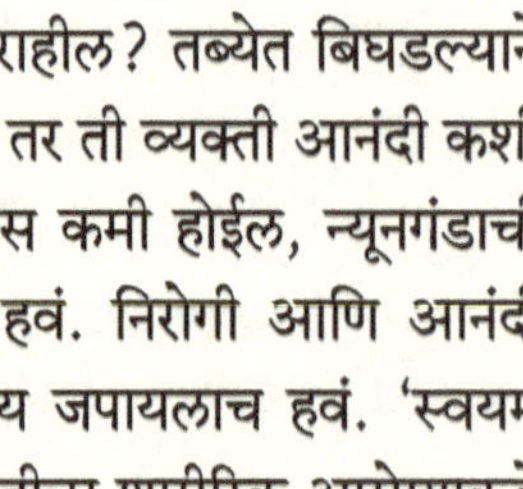

आपल्या शारीरिक आरोग्याची काळजी कशी घ्यायची...? आपल्या शरीराचं होमिओस्टॅसिस (समस्थिती) लक्षात घेऊन.

होमिओस्टॅसिस (शारीरिक समस्थिती) म्हणजे काय?

सजीवांमध्ये जगण्यासाठी आवश्यक असणारी स्थिती, सक्रिय राहत स्थिर राहण्याचं काम, समस्थिती म्हणजेच होमिओस्टॅसिसच्या माध्यमातून केलं जातं. ग्रीक शब्द 'सेम' (सारखं) आणि 'स्टेडी' (स्थिर) यांवरून हा शब्द आला आहे.

मानवी शरीराचं तापमान आणि पाणी, क्षार, शर्करा, प्रथिने, चरबी, कॅल्शिअम आणि प्राणवायू असे रक्तातले महत्त्वाचे घटक; या साऱ्यांचं प्रमाण स्थिर ठेवलं जातं.

ही स्थिती अस्थिर होते तेव्हा शारीरिक व्याधी सुरू होतात.

समस्थिती अस्थिर झाली तर काय घडतं?

समस्थिती जेव्हाकेव्हा बिघडते किंवा विचलित होते तेव्हा ते शरीराला सहन होत नाही आणि आपल्या शरीरात काहीतरी बिघाड होतो. शरीर आणि मन एकमेकांशी जोडलं गेलं असल्यामुळे त्याचा परिणाम मनावरही निश्चित होतो.

उदाहरण : शरीरातील D3 किंवा B12 कमी होतं, तेव्हा त्याचा परिणाम हाडांवर होतो. पर्यायाने मन अस्वस्थ होतं. आपल्या शरीरातली रक्तशर्करा वाढली, तर मधुमेह होऊन मन अस्वस्थ होतं, निराश वाटायला लागतं. म्हणून आपल्या शरीराची समतोल स्थिती राखणं गरजेचं आहे.

समस्थिती आहे की नाही, हे जाणून घेण्याचा सर्वोत्तम मार्ग कोणता?

शरीराची सद्य:स्थिती लक्षात घेणं / शोधणं.तज्ज्ञ डॉक्टरकडून शारीरिक तपासणी करून घेणं.

- रक्त चाचण्या (जीवनसत्त्वं, खनिजं, रक्तघटक मोजणी, मेदघटक चाचणी (लिपिड प्रोफाईल), फास्टिंग इन्सुलिन पातळी, यकृत आणि मूत्रपिंड कार्य चाचणी करता येऊ शकते.
- या संदर्भात आपल्या डॉक्टरांशी चर्चा करावी आणि त्यानुसार आखणी करावी.

स्वाध्याय

- आपल्या आरोग्य तपासण्या करून घ्या.
- आपले शारीरिक आरोग्य राखण्यासाठी योग्य नियोजन करा.

चौथा आठवडा
कथा मोरपिसाची

मनाला स्पर्शून जाणारं असं काहीतरी, असे क्षण जीवनाकडे बघण्याचा एक नवा दृष्टिकोन आणि एक हलकीशी जाणीव देतात, आपल्या अस्तित्वाची आणि भरभरून जीवन जगण्याची! अशा क्षणी डोळ्यांत आसू, ओठांवर हसू आणि हृदयांत प्रेम अशी आपली गत असते.

आपल्या संस्कृतीत मोरपिसाला सांस्कृतिक आणि
आध्यात्मिक महत्त्व आहे.
धार्मिक समारंभात मोरपीस पवित्र समजलं जातं.
ते अतिशय नाजूक आणि सुंदर असतं.
त्याचं रूप मनमोहक आणि डौलदार तर आहेच;
शिवाय, ते प्रतिष्ठेचं लक्षण समजलं जातं.

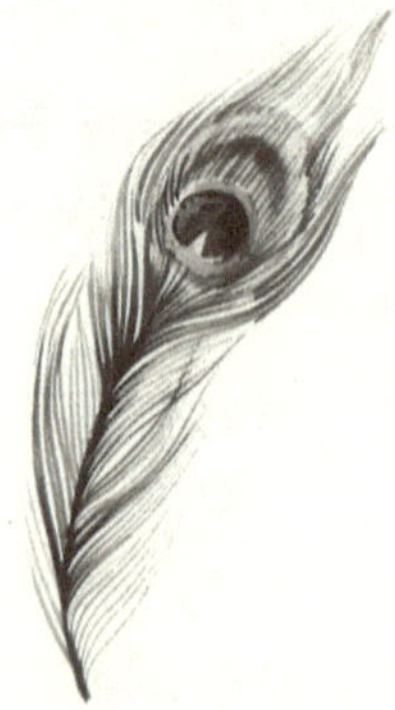

कथा मोरपिसाची

अतिशय रम्य सकाळ होती ती! शिवा त्याच्या आवडत्या, आरामदायी, सुखासीन आणि उबदार जागी शांतपणे डोळे मिटून बसला होता. पवित्र , शुद्ध विचारांनी त्याचं मन भारलं होतं.

जादू घडल्यासारखं एक मोरपीस अलगद तरंगत त्याच्या दिशेने आलं. त्याच्या गालाला हळुवार स्पर्श करत त्याच्या खांद्यावर विसावलं. डोळे मिटलेले होते, तरीही शिवाला त्या पिसाचा उबदार आणि नाजूक स्पर्श जाणवला. मोराचं पीस आहे का...? कुठून आलंय...? काही निरोप

आणलाय का त्याने...? आणि कोणाचा...? खूप काही दडलंय मनात... कोणाचीतरी आठवण व्याकूळ करतेय जिवाला!

त्याला नक्कीच कोणीतरी पाठवलंय निरोप घेऊन माझ्यासाठी; अशी व्यक्ती जी या जगात भौतिक देहाच्या रूपात नसलेली; अशी व्यक्ती जिच्यावर मी अजूनही मनापासून प्रेम करतो, तिचा आदर करतो. स्वर्गात जाण्यासाठी ती मला एकट्याला सोडून गेली. तिच्या कितीतरी सुखद आणि प्रेमळ आठवणी माझ्या मनात आहेत. या मोरपिसाच्या स्पर्शाने मला जणू ती व्यक्ती माझ्या निकट असल्याचं जाणवलं. ही तीच व्यक्ती आहे जिच्याशी बोलायला, हितगुज करायला, मनातले विचार सांगायला मला आवडेल. मी स्वतःला त्या व्यक्तीप्रति समर्पित करू इच्छितो.

असा विचार मनात घोळत असतानाच शिवाने ते मोरपीस हातात धरत म्हटलं, ''किती रे सुंदर आहेस! आणि तुला कुणी पाठवलं ते माहीत आहे मला. त्यांचा निरोप तर दिलास मला; पण माझा निरोप पोहोचवशील का त्यांच्यापर्यंत...? पोहोचवशील ना माझ्या त्या प्रिय व्यक्तीपर्यंत माझा संदेश? त्यांना सांग ...''

शिवाने आपल्या प्रिय व्यक्तीला निरोप पाठवला, मोराच्या पिसाचे आभार मानत तो म्हणाला, ''मी तुझा खूप-खूप आभारी आहे! मी तुझ्यासोबत तिच्यासाठी निरोप दिल्यामुळे मला खूप आनंद झाला आहे. या क्षणापर्यंत तिची आठवण माझी दुर्बलता होती. आता माझा निरोप तिला पाठवल्यामुळे मला उमगलं की, आता यापुढे ती माझी ताकद बनणार आहे. मी तिला वचन देतो की, मी माझे आयुष्य मनापासून जगेन. माझ्या आयुष्यातील प्रत्येक क्षणात तिला मी माझ्यात सामावून घेईन. तिला माझा अभिमान वाटेल असंच माझं आयुष्यभर वागणं असेल. मी भरभरून जगेन. तिच्या आठवणींनी माझे मन सदैव भरून राहील.''

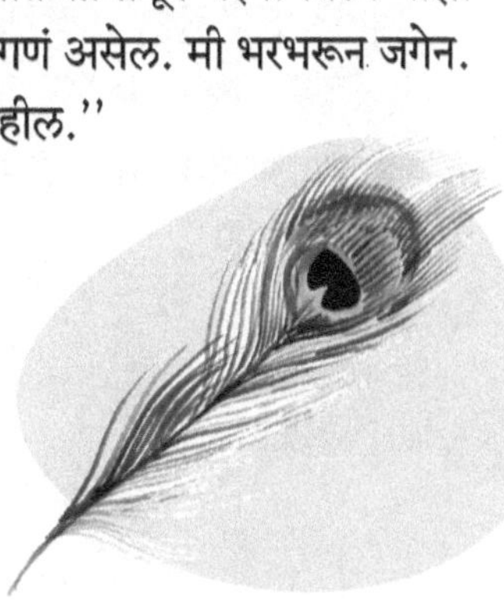

स्वाध्याय

- असं समजा की, हे मोरपीस तुमच्या खांद्यावर विसावलंय, काय विचार कराल तुम्ही? कुणाचं स्मरण कराल? कोण आठवेल तुम्हांला? तुम्ही त्यांना स्पर्श करू शकणार नाही; पण ती व्यक्ती आपल्याबरोबर असल्याची जाणीव तुम्हांला होईल. तुम्हांला त्यांना काही सांगायचं आहे का? शेअर करायचं आहे का काही त्यांच्याशी? तुम्हांला अभिमान वाटण्याजोगं काही तुम्ही सांगू इच्छिता का? एखादं वचन देऊ इच्छिता का? शहाणपणाच्या काही गोष्टी तुम्ही त्यांच्याकडून समजून घेऊ... इच्छिता का? जे जे राहून गेलंय ते ते सांगा. लिहा. फक्त आजच नाही; तर यापुढे कधीही, हवं तेव्हा मन मोकळं करा, विचारांना मुक्त करा.

  (या कृतीने तुमचं मन अगदी शांत होईल. तुमच्या मनावर फुंकर तर घातली जाईलच. शिवाय, जीवनातील सौंदर्यस्थळाचं स्मरण होईल. कधी परिस्थिती कठीण झाली, तरी पुढे-पुढे जाण्याचं स्मरण तुम्हांला त्यातून होईल. शिवाय बंदिस्त करून ठेवलेल्या काही भावभावना आणि विचारसुद्धा तुम्हांला आठवतील. ही कृती तुम्हांला अतिशय आवडेल. त्यातून तुम्ही सुंदर आठवणींची निर्मिती करू शकाल. ही कृती झाल्यावर तुम्हांला अधिक सैलावल्यासारखं आणि उत्साही वाटेल)

- तुमच्या प्रेमाच्या माणसांच्या आठवणींना तुमची ताकद बनवा, तुमची दुर्बलता नाही!

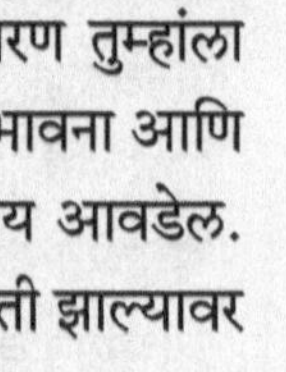

समजून घेऊ...

स्वत:चे 'दिसणे' 'असणे'

आंतररूपाइतकंच महत्त्व बाह्यरूपालाही असतं. तेव्हा, सर्वप्रथम विचार करू या बाह्यरूपाचा, ते आपल्या मनाप्रमाणे बदलणं काहीसं सोपं असतं.

एकदा का आपण स्वत:ला आवडायला लागलो, की मग आत्मविश्वास वाढेल... आणि मग सुरू होईल विचार अंतर्मनाचा! कारण आपल्याला हवं आहे ते आपलं व्यक्तिमत्त्व आपल्याला हवंहवंसं वाटणारं!

चला तर मग, राहू या आरशासमोर उभं!

न्याहाळा स्वत:ला... अगदी डोक्यापासून पायापर्यंत न्याहाळा. स्वत:च्या दिसण्यातलं तुम्हांला काय आवडतं आणि काय आवडत नाही, ते लक्षात घ्या. त्यांपैकी कशात तुम्ही बदल करू इच्छिता, त्याची यादी करा.

उदाहरणार्थ, तुम्हांला तुमच्या केसांमध्ये काही बदल घडवून आणायला आवडेल का? केसांची लांबी, रंग, पोत असं काही बदलायला आवडेल का? केस रंगवायला हवेत का? वेगळ्या पद्धतीने कापायला हवेत का? हे ठरवताना आपली जीवनशैली, व्यवसाय आणि वैयक्तिक आवड लक्षात घ्या.

तुमच्या कपड्यांचा आणि चपला-बुटांचा विचार करा. तुम्हांला कुठला रंग, कुठली स्टाईल, कुठल्या प्रकारचं कापड शोभतं? या दोन्ही गोष्टी सुखावह आणि प्रसंगाला शोभून दिसतील अशा असतील याकडे लक्ष द्या. कपडे कसे बसतात, कसे शिवायचे, कोणतं कापड वापरायचं, याचा विचार करा. तुम्ही जे कपडे निवडाल ते तुमच्या अंगावर व्यवस्थित बसत असल्याची खात्री करून घ्या. तुमच्या शरीराच्या ठेवणीला ते

योग्य आहेत याची खात्री करून घ्या. महत्त्वाचं म्हणजे, तुमच्या व्यक्तिमत्त्वाला शोभेल अशा आणि त्या पोशाखावर खुलून दिसतील अशा गोष्टी वापरा – एखादं घड्याळ, ब्रेसलेट, कानातले, इत्यादी; जेणेकरून तो पोशाख परिपूर्ण होईल.

अजूनही काही बदलावंसं वाटतंय का?

- स्वत:ला बदलताना छोटे-छोटे बदल करा.
- संयम बाळगा.
- कितीही लहानसं यश असलं, तरी ते साजरं करा.
- स्वत:ची अधिक सक्षम प्रतिमा निर्माण करण्यासाठी हळूहळू बदल करत जा.
- तुमच्या शरीराची असाधारण क्षमता लक्षात घेत तिचे आभार माना.
- स्वत:च्या 'असण्याचा' क्षण साजरा करा.

समजून घेऊ...

स्वातंत्र्य

आपल्याला स्वातंत्र्य हवं असेल तर आपल्या कृतींची जबाबदारी कशी घ्यावी हे शिकणं महत्त्वाचं आहे. मुळात स्वातंत्र्य म्हणजे काय, समजून घेणं गरजेचं आहे.

स्वातंत्र्य म्हणजे स्वैरपणे जगणं नाही. आपल्या स्वतःच्या इच्छेनुसार कार्य करण्याची, निर्णय घेण्याची परवानगी म्हणजे स्वातंत्र्य. आपल्या जीवनावर आपला ताबा असणं आणि स्वतःचे मार्ग स्वतः आखायला मिळणं, म्हणजे स्वातंत्र्य. स्वातंत्र्याचा खरा अर्थ समजून घेणं हे फार महत्त्वाचं आहे. कारण स्वातंत्र्याबरोबर त्याचे परिणामही स्वीकारणं आलंच. स्वातंत्र्याचा आदर करणं आणि त्याची कदर करणं हा एक विशेषाधिकार आहे. स्वातंत्र्य मिळालं की इतर कुणाकडून अवाजवी लुडबुड न होता, बंधनं न घातली जाता आपल्याला आपल्या आवडीनिवडी आणि महत्त्वाकांक्षेनुरूप जगता येतं.

जबाबदारी

स्वातंत्र्याबरोबर जबाबदारीही येते. आपल्या स्वतःच्या कृतींची जबाबदारी घेणं ही चांगली व्यक्ती बनण्याची पहिली पायरी आहे. आपल्या सर्वांमध्ये उत्तम जीवन जगण्याची क्षमता आहे. आपल्या चुकांमधून शिकण्याबरोबरच, आपण त्या चुकांतून मिळणाऱ्या अनुभवांचा उपयोग स्वतःसाठी एक चांगलं भविष्य घडवण्यासाठीदेखील केला पाहिजे. आपली वैयक्तिक जबाबदारी चांगल्या जगासाठी योगदान देऊ शकते. प्रत्येकाला आपल्या मनाप्रमाणे अर्थपूर्ण जीवन जगण्याची संधी मिळण्यासाठी स्वातंत्र्य दिलं पाहिजे.

समजून घेऊ...

स्वत:ला बदलणे

स्वत:चं 'पोर्ट्रेट' या आरशात बघितलं का स्वत:ला...? मग दुसऱ्या आरशात बघताना काय जाणवलं...? अजून रसरसून जगायचं असेल तर बदलायला हवं स्वत:ला; तर मग ही संकल्पना तुमच्यासाठी!

आपल्याला जर लक्षात आलं आहे, की आपल्यात काहीतरी उणिवा आहेत
तर मग 'बदलू या स्वत:ला'
कारण,
चिंता नेते चितेजवळ, भय नष्ट करतं आत्मविश्वास जगण्यातला
भूतकाळातील नकारात्मक घटना, संपवतात आनंद वर्तमानातला
राग मस्त संगीतातला. मनातला राग काय कामाचा? तो तर अडसर सुखी जीवनातला
लोभ माणसाला बसू देत नाही स्वस्थ,
मद करतो प्रत्येकाला उन्मत्त,
द्वेष अडथळा प्रेमाच्या मार्गातला, तर मत्सर जाळतो आपल्याला,
मोह-माया जगण्यातला आनंद नष्ट करतात, तर मग षड्रिपूंची ओझी हवीत कशाला?

पटतंय ना सारं, मग हवं कशाला हे विष आपल्यात?
शत्रू आहोत का आपणच आपले? फेकून देऊ या साऱ्या गोष्टी?
आपल्या आयुष्याचा आलेख आपल्याच हातात असतो
जीवनाचा प्रवास फक्त वेशीपर्यंतच न्यायचा नसतो
आपल्याला जायचंय पार क्षितिजाच्याही पलीकडे,

तर मग,
प्रत्येकाने एक ब्रह्मवाक्य मनावर कोरून ठेवायला हवं –
आपलं 'आत्तापर्यंत घडलेलं' व्यक्तिमत्त्व हे आपलं नशीब नाही.
ते प्रयत्नाने बदलणं शक्य आहे आणि ते फक्त आपल्याच हातात आहे.'

आपला भूतकाळ बदलणं आपल्या हातात नाही; पण आपण आपला भविष्यकाळ निश्चितच बदलू शकतो.

'जित्याची खोड मेल्याशिवाय जात नाही' अशी आपल्याकडे म्हण आहे. यात सत्यता किती आहे?

प्रयत्न केला नाही तर शंभर टक्के सत्य आहे; प्रयत्न केला तर मात्र शंभर टक्के असत्य आहे.

'प्रयत्नांती परमेश्वर' अशीही एक म्हण आपल्याकडे आहे. मग, प्रयत्न केला तर आपल्यात नक्कीच बदल घडून येईल, हा विश्वास ठेवू या! माणूस म्हणून जन्माला आलोय, याचं सुख पुरेपूर उपभोगू या! आपण आपल्या जनुकांचे गुलाम नाही. दृष्टिकोन बदलण्याची, विचार करायची आणि नको असलेले विचार बदलण्याची शक्ती आपल्याला निसर्गाकडून वरदान मिळाली आहे. आनंदी राहायचं की दुःखी, वातावरणाला कसा प्रतिसाद द्यायचा, वातावरणाचा अर्थ कसा लावायचा, मेंदूचा वापर कसा करायचा, यांचं स्वातंत्र्य आपल्याला आहे. आपल्या अंतर्विश्वात डोकावण्याची, आणि हवं तसं बदलण्याची कौशल्यं आपल्यात जात्याच आहे.

आपल्याला मिळालेल्या वरदानांचा उपयोग करून बदला स्वतःला!

●●●

या महिन्यासाठी एक मंत्र

मी कोणतीही परिस्थिती न डगमगता हाताळण्यास सक्षम आहे.
माझे सामर्थ्य, ज्ञान आणि कौशल्यं मला यशस्वी होण्यास मदत करतील.
आवश्यक असेल तर मी नवीन कौशल्यं शिकेन.
त्यानंतर जो परिणाम होईल तो स्वीकारण्यास मी तयार आहे.

महिना २

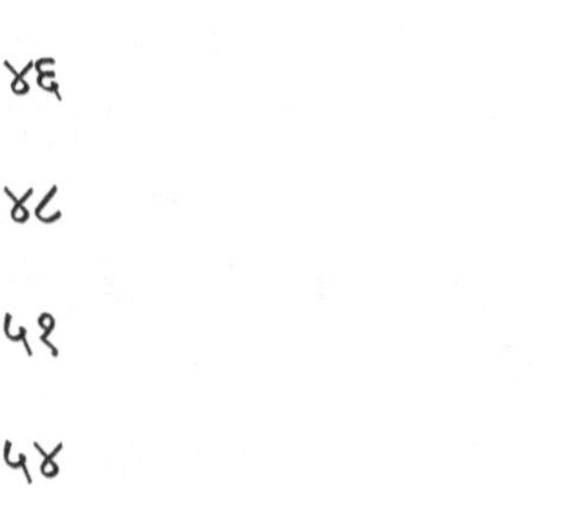

पहिला आठवडा

आहार आणि व्यायाम

शारीरिक स्वास्थ्य म्हणजे काय, आणि ते कसं ओळखायचं, हे आपण पहिल्या आठवड्यात बघितलं. आता वेळ आहे ती उत्तम शारीरिक स्वास्थ्य टिकवण्यासाठी कशाची गरज आहे, हे बघण्याची.

शारीरिक स्वास्थ्य टिकवण्यासाठी व्यायाम आणि समतोल आहार या दोन्ही गोष्टी अत्यावश्यक आहेत. शरीराच्या आरोग्यासाठी पुरेसं पाणी पिणं आणि पुरेशी झोप मिळणं तितकंच गरजेचं आहे. कुठलीही आरोग्याची समस्या वेळीच लक्षात येण्यासाठी नियमित आरोग्य तपासणी आणि स्क्रिनिंग या बाबी महत्त्वाच्या ठरतात, हे आपण आधी बघितलेलं आहे. आता विचार अन्नाचा!

आपण खात असलेल्या अन्नातून आपल्या शरीराप्रमाणे मनाचंही पोषण होतं. आपल्या मानसिक आरोग्यासाठी ओमेगा-३, फॅटी असिड, झिंक, प्रथिनं, जीवनसत्त्व डी, फोलेट, सेलेनियम, आयोडीन, लोह, बी१२ आणि बी६ यांची प्रमाणशीर आवश्यकता असते. अन्नामध्ये कर्बोदके, प्रथिनं आणि चरबी (फॅट) ही मुख्य सूक्ष्म पोषकद्रव्यं आहेत. आपल्या शरीराला चोथायुक्त / तंतुमय आहाराची (फायबर) आणि प्रोबायोटिकची आवश्यकता असते. आपलं वय, कामाचं स्वरूप, अंगकाठी यांवर या घटकांची शरीराला असणारी गरज थोडीफार बदलते. आपल्यासाठी सर्वोत्तम काय आहे, हे आपल्यालाच माहीत असल्याने आपल्यासाठी योग्य आहार आपण निवडणं ही उत्तम कल्पना आहे.

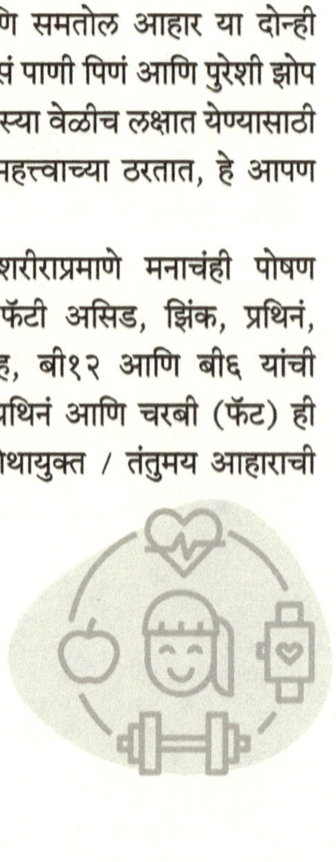

चला तर मग, एक निर्णय घेऊ या!

> **शेवटच्या श्वासापर्यंत अतिशय समाधानकारक आणि आरोग्यदायी जीवन जगणं, हे माझं ध्येय आहे.**
>
> **स्वतःसाठी आणि स्वतःच्या शरीरासाठी पोषक आहार घेणं, हा एकमेव पर्याय आहे.**

स्वाध्याय

- तुमच्या आहाराचं नियोजन करा.
- व्यायामासाठी वेळ काढा. तुमची जीवनशैली, शरीराची ढब (प्रकार), तुमचं वय आणि कामाचं स्वरूप यांना पूरक असलेल्या व्यायामाची निवड करा.
- दररोज योग आणि प्राणायाम करणं ही एक उत्तम सवय आहे. आठवड्यातून एकदा प्राणायाम करून सुरुवात करता येईल. तसं नियोजन करून ते लिहून काढा.

दुसरा आठवडा
विचारप्रक्रिया

आपले विचार ही आपली उत्तम आयुष्याची गुरुकिल्ली आहे. ती भ्रष्ट करून जगणं कठीण करू नका.

आपण भूतकाळात जसा विचार केला तसे आपण आज आहोत. आपण वर्तमानकाळात कसा विचार करत आहोत, त्यावरून आपलं भविष्य घडणार आहे. एका विचारामुळे आयुष्य घडू शकतं आणि एका विचारामुळे आयुष्य बिघडू शकतं. म्हणून काय विचार करत आहात याकडे काळजीपूर्वक लक्ष द्या.

आपल्या मनात एका दिवसात हजारो विचार येतात. आपल्या मनात विचार नाही असा क्षण दुर्मीळ असतो. विचारांमधून आत्मसंवाद आणि भावना निर्माण होतात, त्याबरहुकूम आपले वर्तन घडते. वारंवार तेच वर्तन झालं की ते संस्कार बनतात आणि मग ती आपली सवय, स्वभाव आणि वृत्ती बनते. त्यातूनच घडतं आपलं व्यक्तिमत्त्व आणि त्यानुसार ठरतं आपलं भविष्य!

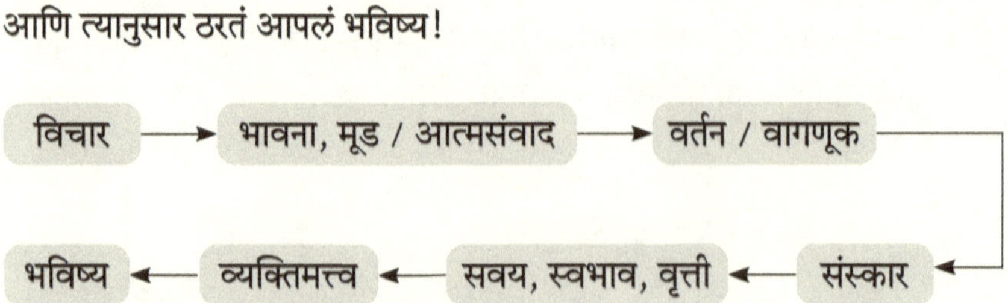

अशा या विचारसाखळीमध्ये मूळ विचारांमुळे भविष्य घडवण्याची ताकद आहे. म्हणूनच विचारांना अनन्यसाधारण महत्त्व आहे.

सकारात्मक विचार	नकारात्मक विचार
।	।
सकारात्मक भावना	नकारात्मक भावना
।	।
चांगला मूड	वाईट मूड (राग, लोभ, मद, मत्सर, इत्यादी)
।	।
चांगलं वर्तन	वाईट वर्तन
।	।
मीच माझा मित्र	मीच माझा शत्रू

विचार म्हणजे आहे नेमके काय?

- विचार म्हणजे आपल्या मेंदूत होणारी एक विद्युत-रासायनिक (Electro-chemical) प्रक्रिया आहे.

- मेंदूतील पेशींना मज्जापेशी (Neurons) म्हणतात. मेंदूत त्यांची संख्या सुमारे १०,००० कोटी असते.
- यातील काही पेशी इतर हजारो पेशींशी जोडल्या जाऊन त्यांचे एक नेटवर्क तयार होते. हे विचाराचं पहिलं रूप आहे.
- एखादी घटना घडली की मेंदूतील प्रोग्रामिंगनुसार एखादे विशिष्ट नेटवर्क उद्दीपित होते आणि तो 'विचार' (प्रतिक्रियावादी विचार) मनात येतो. काही वेळा कुठलेतरी एखादे नेटवर्क आपोआप (Randomly) उद्दीपित होते. मात्र, आपण उच्च मेंदूचा वापर करून आपल्याला पाहिजेत ते विचार, म्हणजे पाहिजे तसे नेटवर्क तयार करू शकतो.
- अशा अनेक एकमेकांशी जोडलेल्या नेटवर्कमधून आलेल्या विद्युत-रासायनिक सिग्नल्सचे एकीकरण (Integration) होऊन ते अंतःस्रावी ग्रंथींना (Endocrine glands) विशिष्ट संदेश देतात. यामुळे आपल्या मेंदूत

काही विशिष्ट संप्रेरके आणि रसायने तयार होतात, ज्यांच्या प्रकटीकरणालाच (Manifestation) आपण भावना म्हणतो. हे विचार आणि भावना आपल्याला विशिष्ट वर्तन करण्यासाठी उद्युक्त करतात.

- अशा प्रकाराने आपले विचार, भावना आणि वर्तन एकमेकांशी जोडलेले आहेत.

स्वाध्याय

दिलेल्या माहितीतून विचारांचे स्वरूप नीट समजून घ्या. पुढे आपल्याला यावर खूप काम करायचं आहे.

तिसरा आठवडा
शब्दांची ताकद

काल एक गंमत झाली. मी माझ्या मित्र-तत्त्वज्ञ-मार्गदर्शकाला भेटले. ईश्वर, सर्वशक्तिशाली, सर्वोच्च शक्ती अशी अनेक नावं त्याला आहेत. कुणी त्याला निसर्ग म्हणतं. आयुष्याचा खरा अर्थ मी त्याच्याकडून शिकले. योग्य निवड करणं आणि प्रत्येक प्रसंगात काय चांगलं दडलं आहे हे शोधून काढणं, हे मी त्याच्याकडूनच शिकले. तो माझ्या आयुष्यात असणं हा माझ्यासाठी सुवर्णयोग आहे, आशीर्वाद आहे.

मी त्याला विचारलं, ''माझ्या प्रार्थनेला उत्तर का देत नाहीस? मला कुणीच मदत करत नाही, तूसुद्धा करत नाहीस. त्यामुळे मला एकटं पडल्यासारखं वाटतं, घायकुतीला आल्यासारखं वाटतं. किती कठोर श्रम घेते मी! मला पराभूत झाल्यासारखं वाटतं. काय करावं ते काही समजत नाही. मला कुणी आधार देणार नसेल, तर प्रयत्न करत राहण्यात अर्थ तरी काय आहे? मला सगळं सोडून द्यायचं आहे. माझा पराभव मान्य करायचा आहे.''

''हे पाहा, जे घडू नये असं तुला वाटतं तेच तू उच्चारते आहेस, म्हणून असं होतंय. तुला नेमकं काय देऊ करायचं हे ठरवणं मला कठीण जातंय.''

''म्हणजे काय? मला नाही समजलं तू काय म्हणतोयस ते.''

''उदाहरणच देतो. तुला दुःख नको, नैराश्य नको, असं तू सारखं सांगत राहतेस. त्यामुळे तुला कशाचं वरदान देऊ नये हे कळतं मला. पण तुला

नेमकं काय द्यायचं याचा काही अंदाज येत नाही मला. दुःख नको, समजलं. नैराश्य नको, समजलं. पण मी तुला काय देऊ... नाही समजलं.''

''आलं माझ्या लक्षात. मला काय-काय नको हे सांगण्यापेक्षा काय-काय हवं हे मी सांगणं अधिक योग्य आहे, असं तुझ्या म्हणण्याचा अर्थ लक्षात येतोय. हे बघ, मला आयुष्यात हवंय सुख, आनंद आणि समाधान... मला मिळावा आधार... कुणीतरी माझ्यावर प्रेम करतंय, ही भावना... मी जशी आहे तसा माझा स्वीकार केला जाणं मला हवंय.''

''आता कसं सांगितलंस... स्पष्ट... नेमकं... समजेल असं! शाब्बास! प्रिय सखी, तुला जे हवं आहे त्याचाच विचार करू लागलीस की तुझी पंचेंद्रियं त्या कामाला लागतील बघ. एक मात्र कर; नकारात्मक शब्दांचा पाढा वाचण्याऐवजी, काय नको ते सांगत राहण्याऐवजी काय हवं ते सांग, होकारात बोल, तो पुरी कायनात आपके लिये हाजीर है...''

कथेचं सार काय आहे?

या संभाषणात अर्थ अगदी ओतप्रोत भरला आहे. बोलताना आपण खूप नकारात्मक शब्द वापरतो, त्याऐवजी होकारात्मक शब्द वापरायला हवेत. जे घडू नये असं आपल्याला वाटतं त्याबद्दल आपण बोलता कामा नये. जे आपण साध्य करू पाहतो त्याबद्दल बोलू या. असं केलं तर शब्दांच्या सामर्थ्याची जाणीव आपल्याला होईल. आपण आपल्या शब्दांनी जादुई सकारात्मक बदल घडवून आणू. जे घडावं अशी आपली इच्छा आहे ते आपण एकत्रितरीत्या प्रत्यक्षात घडवून आणू शकतो. ते प्रत्यक्षात उतरवण्यासाठी आपण मार्ग शोधू शकतो. आपल्या वास्तवाला आकार देण्याची शक्ती आपल्या शब्दांत आहे.

नकारात्मक शब्द टाळण्याने आपण आनंदी वातावरण निर्मिती करतो. सकारात्मक शब्दांनी वातावरणात उत्साह संचारतो. आपण कसा संवाद साधतो याकडे लक्ष देत सकारात्मक शब्दांचा वापर करण्यातून कार्यक्षम आणि प्रोत्साहनपर वातावरण निर्माण होईल. यातून अधिक चांगला सहयोग घडेल, कार्यक्षमता वाढेल आणि त्या सगळ्यांमुळे घरीदारी, कामाच्या जागी (कार्यालयीन ठिकाणी) समाधान वाढीला लागेल.

काय म्हणायचं नाही	काय आणि कसं बोलायचं
उशीर झाल्याबद्दल क्षमस्व!	थांबल्याबद्दल मनापासून आभार!
हे काम असं नाही करायचं. (या वाक्यात आज्ञा आहे.)	हे काम या पद्धतीने करणं अधिक चांगल ठरेल. (या वाक्यात सूचना आहे.)
मला कॉफी आवडत नाही.	मला चहा आवडतो.
आणायला विसरू नकोस.	आठवणीने घेऊन ये!
पडू नकोस.	सावकाश! काळजी घे स्वतःची!
मी रागीट आहे, मला आवडत नाही !	मला शांत आणि आनंदी व्यक्ती व्हायचं आहे.
पैशासाठी कुणावरतरी अवलंबून राहणं मला मुळीच आवडत नाही.	मला आर्थिकदृष्ट्या स्वतंत्र राहायला आवडतं.
तू कधीच धड कपडे घातलेले नसतात.	तू छान तयार झालीस की खूप स्मार्ट दिसतेस!

स्वाध्याय

- दिवसभर स्वतःचे निरीक्षण करा. किती वेळा तुमच्या बोलण्यात नकारार्थी शब्द आले, याची नोंद करा.
- हे नकारार्थी बोलणं तुम्ही सकारात्मक कसं करू शकता, याचा विचार करा. (स्वतःला अशी जाणीवपूर्वक सवय लावली तर काही दिवसांतच तुम्ही सकारात्मक वाक्यरचना करू लागाल. त्याचा चांगला परिणाम तुमच्या विचारप्रक्रियेवर होईल. आणि एक दिवस तुमच्या लक्षात येईल की, तुम्ही बऱ्यापैकी सकारात्मक बोलू लागला आहात.)

चौथा आठवडा

स्वत: स्वत:चा शत्रू की मित्र?

श्रीमद्‌भगवद्‌गीता... आपल्या भारतीयांचं श्रद्धास्थान... श्रीकृष्णाने अर्जुनाला सांगितलेली गीता, जेव्हा कुरुक्षेत्रावर अर्जुन भांबावलेल्या अवस्थेत असतो.

त्यातील सहाव्या अध्यायातील पाचवा श्लोक

उद्धरेदात्मनाऽऽत्मानं नात्मानमवसादयेत्।
आत्मैव ह्यात्मनो बन्धुरात्मैव रिपुरात्मनः॥६-५॥

आपण आपले मित्र असतो, तसेच शत्रूही असतो. मित्र कधी असतो आणि शत्रू कधी होतो, हे आपण आपल्या वागणुकीतून सतत ठरवत असतो.

प्रत्येक कठीण प्रसंग ही आपली परीक्षा असते. आपण अनुभवत असतो तो प्रत्येक क्षण आपल्याला निर्णय घेण्यास भाग पाडतो – शत्रू की मित्र? आणि या निर्णयावर आपली 'प्रगती की अधोगती?' हे अवलंबून असतं. म्हणून आपण खूप काळजीपूर्वक आपलं ध्येय, आपली शक्ती, आपली कौशल्यं कुठे आणि कशी वापरायची हे ठरवलं पाहिजे. शेवटी आपले निर्णयच आपलं भविष्य ठरवणार आहेत.

बुद्धी, चिकाटी आणि आशा या तीन बाबींनी आपल्याला धोका दिला, तर मात्र आपण विनाशाकडे जाण्याची खूप जास्त शक्यता असते.

प्रत्येकालाच कठीण प्रसंगातून जावं लागत असलं, तरी त्यातून सुखरूप बाहेर पडण्यासाठी आणि आपली भरभराट करून घेण्यासाठी प्रत्येक माणसात एक उपजत शक्ती असते. अडथळ्यांतून मार्ग काढून आणि उपाय शोधून आपण त्याचं चांगल्या गोष्टीत रूपांतर करू शकतो. आपण कुठे कमी पडतो असं वाटलं तर तज्ज्ञ मंडळी आहेत आपल्या मदतीला. त्यांचा सल्ला घ्यायला काहीही हरकत नाही. ठरवायचं एकच – आपली प्रगती करून घ्यायची, हे नक्की!

पण घाबरायचं काहीही कारण नाही. कारण आपलं तर ठरलं आहे,

वादळांना आम्ही घाबरत नाही. तात्पुरते डगमगलो तरीही लगेच परत आनंदाच्या आणि यशाच्या मार्गावरून आम्ही चालत राहणार! या प्रवासात आपल्यासोबत 'स्वयम् ३६५' सदैव असेल; तो आपला हात कधीच सोडणार नाही.

●●●

समजून घेऊ...

आवडती भूमिका

हा प्रसंग म्हणजे एक धमाल तर आहेच; पण यात एक मोठा अर्थ दडला आहे. एक छानसा निर्णय तुम्हांला घ्यायचा आहे. आणि कोणाचाही निर्णय चुकीचा असणार नाहीये, तो कदाचित फक्त वेगळा असू शकेल. तेव्हा अगदी समरसून रममाण व्हा आणि तुमचा निर्णय काय असेल ते ओळखा. जमलं तर त्या निर्णयाचं कारणसुद्धा लिहा.

एका अतिशय प्रसिद्ध निर्माता-दिग्दर्शकाला चित्रपट निर्माण करायचा आहे. तो त्याच्या चित्रपटात तुम्हांला भूमिका देऊ इच्छित आहे.

तो सिनेमा भलताच 'हिट' होणार आहे. अजून त्याची कथा निश्चित व्हायची आहे.

तुम्ही एक महान कलाकार आहात याची खात्री त्याला आहे. तुम्ही तुमच्या आवडीचं पात्र (कॅरेक्टर) निवडावं असं त्याचं म्हणणं आहे. तुमच्या भूमिकेच्या निवडीनुसार तो ते कॅरेक्टर चित्रपटात अंतर्भूत करणार आहे. ते कॅरेक्टर कसं दिसेल, कसं वावरेल, आपली भूमिका कशी वठवेल याचं वर्णन तुम्हीच करायचं आहे.

तुमचं कॅरेक्टर हे अगदी वास्तव वाटेल आणि कथेत चपखल बसेल याची खात्री करून घेण्यासाठी तो तुमच्या सगळ्या सूचना ऐकून घ्यायला तयार आहे. इतकंच नव्हे; तर ते कॅरेक्टर तुम्ही तयार केलंत म्हणून तुम्हांला क्रेडीट मिळेल याचीही ग्वाही त्याने दिली आहे. त्या कॅरेक्टरचा निर्माता म्हणून तुमचं नाव लिहून येईल. त्या कॅरेक्टरमुळे मिळणाऱ्या नफ्यातला हिस्सा तुम्हांला मिळण्याचीही शक्यता आहे.

त्याने तुमच्यासारख्या अनेकांना हे सांगितलं आहे. गंमत म्हणजे त्यांनी लगेच, तातडीने काही कॅरेक्टरची निवड केली आहे.

कुणी डॉक्टर होणार आहे, कुणी वकील, कुणी सुपर हिरो. अहो, एका स्त्रीने तर विक्षिप्त सासू व्हायचं ठरवलं आहे. कुणी अंडरकव्हर एजंट होणार आहे. कुणी नवे अँकर्स आणि डिटेक्टिव्ह होणार आहेत.

तुमचं कॅरेक्टर निवडा, अगदी आपल्या आवडीनुसार. दुसऱ्याने निवडलेली भूमिकासुद्धा तुम्ही घेऊ शकता. तेव्हा, हवा तेवढा वेळ घेऊन बिनधास्तपणे विचार करा. अशी संधी परत मिळेल ना मिळेल!

मित्र-मैत्रिणींनो,
लिहा तुमच्या भूमिकेबद्दल!

....

....

....

....

....

....

....

....

....

....

....

....

....

....

....

●●●

समजून घेऊ...

शांत झोप

दिवस अगदी मनासारखा गेला आहे... रात्र झाली आहे... प्रार्थना झाली... दिवसभराचा आपल्या वागण्याचा आढावा घेऊन झाला... आपला फोन सायलेंटवर ठेवला आहे आणि मस्त अशा आपल्या मनपसंद गादीवर, उबदार पांघरुणात शिरायचं बाकी आहे... फक्त कोणीतरी प्रेमाने म्हणावं 'सो जा राजकुमारी/राजकुमारा सो जा'! उद्याचा दिवस अजून अर्थपूर्ण, आनंदी आणि सुंदर करण्यासाठी हवी आज शांत झोप!

एकंदरीत स्वास्थ्य आणि आरोग्याचा विचार करता रात्री शांत झोप लागणं खूप गरजेचं आहे. त्यासाठी हे करून पाहा –

- झोपेच्या वेळा नियमित असू द्या आणि त्या आवर्जून पाळा. अगदी शनिवार-रविवारीसुद्धा नेहमीच्या वेळेस झोपा आणि उठा.
- झोपायची खोली शांत आणि अंधारी असावी; जेणेकरून शांत झोप लागेल. काम, टीव्ही, इलेक्ट्रॉनिक वस्तू झोपण्यापूर्वी टाळायला हव्यात.
- झोपण्यापूर्वी मनाला शांत करणाऱ्या गोष्टी करा. उदाहरणार्थ, कोमट पाण्याने अंघोळ, थोडं वाचन, ध्यानधारणा.
- झोपण्यापूर्वी कॅफिन, निकोटीन किंवा मद्य टाळावं, अन्यथा झोप पटकन लागत नाही.

- नियमित व्यायाम केला तर छान झोप लागते, हे खरं असलं तरी झोपण्यापूर्वी जोरकस व्यायाम करू नये.
- दिवसा खूप जास्त वेळ झोपू नका, नाहीतर रात्री पटकन झोप लागणार नाही.
- आपल्या पलंगाचा उपयोग फक्त दोन गोष्टींसाठी करा – झोप आणि कामक्रीडा (सेक्स). पलंगाची सांगड ही झोपेशीच घातली गेली पाहिजे. पलंगावर पडून टीव्ही बघायचा, काम करायचं अशा सवयी नकोच!
- ताण आणि चिंता याने झोप विचलित होते. झोपण्यापूर्वी शिथिल होण्यासाठी दीर्घ श्वसन किंवा ध्यानधारणा करा.

आराम वाटेल, विश्रांती घ्यावीशी वाटेल असं वातावरण आणि दिनचर्या निर्माण केलीत तर गाढ झोप लागायला मदत होईल. सातत्याने झोप न लागण्याची समस्या जाणवत असेल तर डॉक्टरचा सल्ला घ्यायला हरकत नाही.

●●●

समजून घेऊ...

‘कमावलेली’ असहायता

कोण म्हणतं, तुम्ही असहाय आहात, दुबळे आहात? छे, छे! अजिबात नाही. आणि समजा, समजत असाल असहाय स्वतःला, तर यापुढे ठरवायचं, आपण बळीचा बकरा नाही; आपण ‘बिच्चारे’ किंवा भावनिकदृष्ट्या असहाय नाही. आपण आहोत कणखर, महत्त्वाकांक्षी आणि मनासारखं आयुष्य जगणारे!... आमच्या मुठीत आहे ताकद आमची स्वप्नं सत्यात आणण्याची!

भावनिक असहायता ही एक समजून घेऊ...: आहे. एखाद्या व्यक्तीची, वेदनादायक आणि अप्रिय अशा शब्दाने सतत निर्भर्त्सना होत राहिली, त्यातून उद्‌भवणाऱ्या परिणामांना त्या व्यक्तीला सातत्याने सामोरं जावं लागू लागलं आणि असे प्रसंग किंवा परिणाम टाळणं त्या व्यक्तीला जमलं नाही, तर ती व्यक्ती हळूहळू मनाने खचू लागते.

- आपण या परिस्थितीतून बाहेर येऊ शकू याचा त्या व्यक्तीला विश्वास वाटत नाही.
- अशा व्यक्तीचा स्व-आदर, स्व-प्रशंसा, स्व-चेतना कमी होते.
- अशी व्यक्ती सतत एका ओझ्याखाली दबलेली राहते.
- आता अशा प्रकारच्या आयुष्याशिवाय आपल्याला पर्याय नाही असं वाटू लागतं.
- आपल्या नशिबात आता यापुढे सुख नाही, अशी धारणा होते.

खरंतर आपण असहाय आहोत याचे शल्य न मानता, हे एक आव्हान आहे असं मानून; शिवाय, थोडी जिद्द दाखवली तर यातून बाहेर पडता येईल, हे लक्षात घेतलं तर अशा भावनिक परावलंबित्वातून मुक्तता होऊ शकते. संपादित किंवा कमावलेली असहायता (Learned Helplessness) हे मानसिक पंगुपणाचं लक्षण आहे. अशा वेळी समुपदेशनाचा उपयोग होऊ शकतो.

भारतात मुख्यत्वे असंख्य स्त्रिया या संपादित असहायतेला बळी पडतात. ही संकल्पना समजावून घेणं त्यांच्यासाठी गरजेचं आहे. योग्य प्रशिक्षणाने, विचाराने त्यांचा प्रवास सकारात्मकतेकडे होऊ शकतो. याची पाळंमुळं आपल्या पूर्वीच्या संस्कृतीत दिसून येतात. स्त्रियांनी नेहमी दुय्यम स्थान पत्करून परावलंबी व्हावं अशी अपेक्षा पूर्वी असायची. सवयीचे झालेले, लादले गेलेले किंवा परंपरेचे नाव देऊन बहाल केलेले असे परावलंबित्व मानसिक स्वास्थ्यासाठी हानिकारक असते. हे तीव्र स्वरूपाचे नकारात्मक भोगावे लागणारे परिणाम टाळण्यासाठी अशा स्त्रिया कुठलीही कृती करण्याचा प्रयत्नदेखील करत नाहीत. खरंतर अनेकदा त्या परिस्थितीतून सुटका करण्याचा मार्ग खुला असतो; पण तो यांना दिसत नाही. आणि दिसला तरी 'आपण यातून बाहेर येऊ शकतो' हा विश्वास नसल्याने त्या तसा काही प्रयत्नदेखील करत नाहीत.

अशी स्थिती स्त्री-पुरुष दोघांनाही निश्चितच बदलता येते. त्यासाठी योग्य प्रशिक्षणाची आणि विचारांना सकारात्मकतेची जोड देणं गरजेचं आहे.

जेव्हा स्वतः अनुभवत असलेल्या भावनांसाठी आपण दुसऱ्यांना, भूतकाळाला, परिस्थितीला, दैवाला दोष देणं बंद करू, तेव्हाच आपण भावनिकरीत्या स्वतंत्र आणि स्वावलंबी होऊ. आपलं नियंत्रण केंद्र आपल्याच आत असेल तेव्हा स्वतःमध्ये सहज बदल घडवला जातो.

●●●

या महिन्यासाठी एक मंत्र

बऱ्याच वेळा परिपूर्णतेचा अट्टाहास हा ताण वाढवण्यास कारणीभूत ठरतो, तर मग अपूर्णता स्वीकारणं हा एक उत्तम उपाय आहे.

महिना
३

पहिला आठवडा
जादुई आरसा

हे वाचा आणि जाणून घ्यायचा प्रयत्न करा. पुढच्या काही महिन्यांत आपण यावर काम करणार आहोत. आपल्याला नेमकं कशावर काम करायला हवं आहे हे आपल्याला 'जादुई आरसा' दाखवू शकतो. आपल्या मानसिक स्थितीबद्दल मनन करत स्वत:मध्ये सुधारणा करायला पाहिजे, हे तो दाखवू शकतो.

तो सांगेल आपल्याला आपली बलस्थानं आणि कमकुवत जागा;
जेणेकरून आपण करू शकतो त्यांचा वापर.
स्व-प्रगती करत स्वत:ला अधिक चांगलं समजून घेण्याचं,
ते असू शकतं एक सामर्थ्यशाली साधन.

स्वत:चं व्यक्तिमत्त्व लक्षात घेणं, त्याची जाणीव असणं, आपल्या आवडीनिवडी समजून घेणं या बाबी 'स्व'च्या शोधाचा हिस्सा आहेत. आपण आपल्या व्यक्तिमत्त्वाचा आदर करतो का? आपण जे कुणी आहोत त्याचा आदर करतो का? आपण स्वत:कडे कोणत्या नजरेने पाहतो? आपण स्वत:प्रति किती आदर आणि प्रेम दर्शवतो? आपण जे आणि जसे आहोत त्याचा आपण स्वीकार करतो का, की आपण स्वत:पायी त्रासलेले, वैतागलेले आहोत? आपल्या खऱ्या 'स्व'पेक्षा आपला आदर्श 'स्व' वेगळा आहे का? आपण जसे आहोत तसे खूश आहोत का? आपल्याला आनंदी व्हायचं असेल, प्रगती साधायची असेल, तर या प्रश्नांची उत्तरं आपण द्यायलाच हवीत. स्वत:चा शोध घेणं ही एक अथक प्रक्रिया असून त्यासाठी संयम आणि सातत्याची गरज असते.

आपण आज जे कुणी आहोत, जसे आहोत, तो म्हणजे आपला खरा 'स्व'. आपली सध्याची स्थिती म्हणजे आपला 'खरा स्व' (Real Me). अर्थात, तो वेळोवेळी बदलत जातो. त्यात कधी सुधारणा होते, तर कधी उलट दिशेने आपला प्रवास होतो.

समाधानी आहोत का आपण आपल्या खऱ्या 'स्व'बाबत? नसेल, तर मग कुठला आणि कसा हवाय आपल्याला आपल्यात बदल? पुढच्या आयुष्यात आपण आपल्याला कसे हवे आहोत? हा झाला आपला आदर्श 'स्व' (Ideal Me).

ही प्रतिमा एकदा का आपल्या मनावर ठसली, की मग आपल्या जीवनात सकारात्मक बदल घडवून आणण्यासाठी तो आपल्याला प्रेरित करतो.

या दोन 'स्व'मधलं अंतर वाढत जातं तेव्हा आपण दुःखी होतो, वैतागतो, नाराज होतो. कारण आपल्याला आपण जसे व्हायला हवे असतो तसे आता नसतो ना! कदाचित अनेकदा आपण आपल्या क्षमता किंवा यश याबद्दल जरा अति उच्च अंदाज बांधत असू, किंवा सतत आपण आपल्या आदर्श 'स्व'ची तुलना आपल्या खऱ्या 'स्व'शी करत असू, तेव्हा आपल्याला अपुरेपणाची भावना जाणवते.

कित्येकदा तात्पुरतं सुख देणाऱ्या कृतींमध्ये रमून आपण या भावनेतून सुटका करून घेण्याचा प्रयत्न करतो. मात्र, आपली तशी सुटका कधीच होऊ शकत नाही. खऱ्या अर्थाने समाधानी होण्यासाठी मुळात आपल्याला आपल्या दोन्ही 'स्व'मध्ये असलेलं अंतर मिटवण्याचा प्रयत्न करायला हवा.

आपल्या दोन्ही 'स्व'मध्ये अंतर नसतं, तेव्हा आपल्याला आनंद होतो, समाधान लाभतं, संतोष लाभतो, शांती लाभते.

दुसरा आठवडा

भावनिक स्थिती दाखवणारा पहिला आरसा

या आरशात आपल्याला आपल्या भावनिक स्थितीची कल्पना येते. आत्ता... या क्षणी आपली मन:स्थिती कशी आहे, याचं अचूक प्रतिबिंब त्यात दिसतं.

१ ते १० अंक असलेल्या पट्टीच्या मदतीने आपण ही चाचणी सोडवणार आहोत. प्रत्येक भावनेचं मापन दोन वेळा करायचं आहे.

१. आपल्या सध्याच्या स्थितीचं मूल्यमापन आपल्या खऱ्या 'स्व'बद्दल (R : Real Me)

२. भविष्यात त्या भावनेबद्दल आपल्याला आपल्या आदर्श 'स्व'कडून काय अपेक्षा आहे? (I - Ideal Me)

उदाहरण : समजा, आपल्याला सध्या आनंद कमी, म्हणजे फक्त ३ जाणवत असेल तर ३ या आकड्याभोवती वर्तुळ काढून त्यावर 'R' अक्षर लिहा. भविष्यात आपल्याला ८ इतका आनंद हवा आहे असं वाटत असल्यास ८ या आकड्याभोवती वर्तुळ काढून 'I' अक्षर लिहा.

हा आरसा आपल्याला दर्शवेल की, आपल्याला यापुढे तीनपासून आठपर्यंत पोहोचण्यासाठी प्रयत्न करायचे आहेत.

आनंद (Happiness)

१-----२-----३-----४-----५-----६-----७-----८-----९-----१०

दु:ख (Sadness)

१-----२-----३-----४-----५-----६-----७-----८-----९-----१०

हताशपणा (Hopelessness)

१-----२-----३-----४-----५-----६-----७-----८-----९-----१०

वारंवार मूड बदलणं (Mood swings)

१-----२-----३-----४-----५-----६-----७-----८-----९-----१०

राग (Anger)

१-----२-----३-----४-----५-----६-----७-----८-----९-----१०

एकाकीपणा (Loneliness)

१-----२-----३-----४-----५-----६-----७-----८-----९-----१०

अधीरता, चिंता (Anxiety)

१-----२-----३-----४-----५-----६-----७-----८-----९-----१०

संभ्रम (Confusion)

१-----२-----३-----४-----५-----६-----७-----८-----९-----१०

जगणं सुंदर करण्याची तुमची क्षमता (Capability of making life beautiful)

१-----२-----३-----४-----५-----६-----७-----८-----९-----१०

नाकारले गेल्याची भावना (Feeling of rejection)

१-----२-----३-----४-----५-----६-----७-----८-----९-----१०

स्वाभिमान / स्वमूल्य (Self-esteem/self-value)

१-----२-----३-----४-----५-----६-----७-----८-----९-----१०

ताणतणाव (Stress)

१-----२-----३-----४-----५-----६-----७-----८-----९-----१०

द्वेष (Hatrate)

१-----२-----३-----४-----५-----६-----७-----८-----९-----१०

स्वाध्याय

तुमचं मूल्यमापन याप्रमाणे करा.

तिसरा आठवडा
स्वत:चे निरीक्षण करण्यासाठी दुसरा आरसा

या आरशात आपल्याला स्वत:च्या दिवसभराच्या स्थितीचं प्रतिबिंब दिसणार आहे.

यासाठी रोज रात्री झोपण्यापूर्वी मन स्थिर करून दिवसभरातल्या घडलेल्या गोष्टीं आठवायच्या आहेत. आपण कसे वागलो, हे बघायचं आहे.

रोज रात्री प्रार्थनेच्या आधी स्वत:चं निरीक्षण करा. सगळ्या घटनांचं निरीक्षण करायचं आहे, त्या प्रत्येक प्रसंगी आपण कसे वागलो, हे बघायचं आहे.

- सकाळी उठल्यावर ताजंतवानं (फ्रेश) वाटलं का? आन्हिकं करताना मनात कसले विचार होते? कामाला सुरुवात करण्यापूर्वी उत्साह होता का? ब्रेकफास्ट करावासा वाटत होता का, की पोट डब्बं वाटत होतं? कामात लक्ष लागलं का? जेवताना भूक लागली म्हणून जेवलात, की वेळ झाली म्हणून जेवलात? काय जेवलात? जेवल्यावर परत कामाला हुरूप आला का, की झोप येऊ लागली?
- दिवसभरात आपल्यामुळे कुणी आनंदी झालं का? कुणाला आपल्यामुळे हसू आलं का? कुणी दुखावलं गेलं का? प्रत्येकाशी आपण आदर आणि दयाळूपणे वागलो का?
- आपण कोणामुळे दुखावले गेलो का? त्यावर आपली काय प्रतिक्रिया होती?
- संपूर्ण दिवसात कोणकोणत्या भावनांचा अनुभव आपण घेतला? कुठल्या प्रसंगात आपण जास्त भावनाशील झालो – आनंदात, दु:खात, असफलतेत, की निराश झाल्यावर?

आपल्यांत काही बदल करायची गरज आहे का, हे आपल्याला या सर्व निरीक्षणांतून जाणवेल. निरीक्षणांनुसार काही बदल करता येतील :

- कुठल्या भावना आपल्याला जाणवल्या, आपली बदलणारी मनःस्थिती कशी होती, आपल्या भावनांचा आपल्या मानसिकतेवर काय परिणाम झाला, याचा शोध घ्यायचा आहे.
- आपण दुसऱ्यांशी कसे वागतो? आपण आपल्या बोलण्याची पद्धत बदलण्याची गरज आहे का? कोणत्या गोष्टी आपण अजून चांगल्या प्रकाराने करू शकतो? आपल्याबद्दलच्या खूप नवीन गोष्टी आपल्याला जाणवतील.
- ज्यांना आपण दुखावलं असेल त्यांची आपण क्षमा मागू शकतो.
- ज्यांनी आपल्याबद्दल दयाळूपणा दाखवला आहे, आणि ज्यांनी आपल्याला मदत केली आहे, त्यांचे आपण आभार मानू शकतो. आपण आपली कृतज्ञता व्यक्त करू शकतो.
- आपण स्वतःच्या भावना ओळखून त्याचा योग्य निचरा करू शकतो.

आपले विचार आणि जीवनातलं सौंदर्य मनापासून कसं प्रकट करायचं, हे आपण अशा निरीक्षणाच्या सवयींवरून शिकू शकतो.

रात्रीची झोप शांतपणे लागेल; हे म्हणजे Icing on the cake.

स्वाध्याय

- रोज रात्री प्रार्थनेच्या आधी स्वतःचं निरीक्षण करा.
- तुमच्या वर्तनातली महत्त्वाची निरीक्षणे लिहून ठेवा.
- त्या निरीक्षणांनुसार काही बदल करायला हवे का, हे ठरवा.

●●●

चौथा आठवडा

मानसिक जडणघडण दर्शवणारा तिसरा आरसा

जसे विचार तसं वागणं; म्हणूनच आपली मानसिक जडणघडण कशी आहे हे एकदा समजून घेतलं की त्याप्रमाणे वागणं किंवा त्यात बदल करणं सोपं जातं. शिवाय त्यानुसार आपले निर्णय आणि वागणूक ठेवून जास्तीत जास्त समाधान आणि यश मिळवता येईल, हे निश्चित!

प्रत्येक व्यक्ती एकमेव आणि अद्वितीय असते. प्रत्येकामध्ये चांगली आणि वाईट अशा दोन्ही बाजू असतात. आपण सर्व जण वाईट आणि चांगल्याचं मजेशीर मिश्रण आहोत. प्रत्येकाच्या भावनिकतेत आणि मानसिकेत खूप फरक असतो. त्यामुळे प्रत्येकाचं व्यक्तिमत्त्व वेगळं असतं.

गरजा, इच्छा-आकांक्षा, ध्येय, मागण्या, इच्छाशक्ती, जीवनार्थ, व्यक्त होणं, व्यक्तिमत्त्व, जगाकडे पाहण्याचा दृष्टिकोन, सवयी, ताकद, कमकुवतपणा, आत्मनियंत्रण, दुखऱ्या गोष्टी, वेळेचं नियोजन, भावनांची भाषा, मूल्यप्रणाली, आध्यात्मिक प्रणाली, नैतिकता, दुसऱ्यावर विश्वास ठेवणं, या सर्व बाबी मिळून होते आपली मानसिक घडण; म्हणजेच आपला Psychological Makeup!

आधी बघितल्याप्रमाणे या सर्व बाबी प्रत्येकामध्ये वेगवेगळ्या असतात आणि म्हणून आपल्या प्रत्येकाची मानसिकता वेगळी होते. थोडक्यात काय; म्हणून आपण सर्व जण वेगवेगळे आहोत. प्रत्येक जण आपला स्वतःचा असा एक दृष्टिकोन आणि

विचार घेऊन वागत असतो. तो योग्य आहे की नाही, हे ठरवण्याचा हक्क आपल्याला कोणीही दिलेला नाही. आपल्या प्रगतीसाठी आपण आपली मानसिक जडणघडण माहिती करून घेणं गरजेचं आहे. आपल्याकडे किती चांगल्या गोष्टी आहेत, याची आपल्याला यातून कल्पना येते.

स्वाध्याय

- तुमची मानसिक जडणघडण कशी आहे?
- यात ज्या सर्व बाबी दिल्या आहेत, त्याबद्दल लिहा.
  उदाहरणार्थ, काय आहेत तुमच्या गरजा? तुमचे ध्येय काय?
- प्रत्येक बाबीचा स्वतंत्रपणे विचार करा.
- कुठल्या गोष्टी तुम्हांला बदलाव्याशा वाटतात याचा विचार करा, त्यांची यादी करा.

आरशात प्रतिबिंब दिसतं स्वतःचं.
पण मग मनाचं प्रतिबिंब कशात दिसेल?
काळजी करू नका!
आपल्याजवळ आहेत तीन दिमाखदार आणि आकर्षक आरसे.
प्रत्येक आरसा हा असामान्य, कोरीव काम केलेला,
आपलं एक वेगळं रूप दाखवणारा.

समजून घेऊ...

मी : एक कोडं

स्वत:विषयी काही नोंदी करू या. असं काय आहे तुमच्यात...

जे इतरांना माहीत आहे आणि ते तुम्हांलाही माहीत आहे.
जे इतरांना माहीत नाही, पण ते तुम्हांला माहीत आहे.
जे इतरांना माहीत आहे, पण ते तुम्हांला माहीत नाही.
जे इतरांना माहीत नाही आणि ते तुम्हांलाही माहीत नाही.

तुम्हांला काय वाटतंय?... Any gueses?

अगदीच सुटत नसलं हे कोडं, तर पान २१७ वर दिलेली संकल्पना समजून घ्या आणि मग पुन्हा प्रयत्न करा.

समजून घेऊ...

जिभेवर साखर ठेवणे

असं म्हणतात, डोक्यावर बर्फ, जिभेवर साखर आणि हृदयात प्रेम या तीन गोष्टी ज्याच्याकडे असतील तो कोणालाही आपल्या वागण्याने जिंकू शकेल. यातील दुसरी गोष्ट, म्हणजे 'जिभेवर साखर' याबद्दल आपण बोलणार आहोत.

गोड बोलायचं म्हणजे हवा सौम्य आवाज, ज्यात मायेचा ओलावा असेल. आपल्याला जे सांगायचं आहे, बोलायचं आहे, ते सांगण्यासाठी शब्द योग्य हवेत आणि ते काळजीपूर्वक उच्चारले पाहिजेत. गोड बोलण्याच्या दृष्टीने काही सूचना उपयुक्त ठरतील :

- मैत्रिपूर्ण स्वर आणि स्वरात सौम्यपणा, सकारात्मक आणि प्रोत्साहनपर शब्द, बोलताना नजरेत नजर मिळवणं.
- समोरच्या व्यक्तीचं बोलणं तुम्ही ऐकत आहात हे दर्शवण्याकरिता मान डोलवा, प्रश्न विचारा, ती व्यक्ती जे म्हणाली त्याचा थोडक्यात सारांश मांडा.
- शब्द कठोर किंवा नकारात्मक नसावेत. जे बोलायचं ते सौम्यपणे आणि आदर राखणारे शब्द वापरून बोला.
- योग्य असेल तर वातावरण हलके/मोकळे करत सकारात्मकता आणण्यासाठी विनोदाचा शिडकावा करा. मात्र, याचा अर्थ दुसऱ्याची वाट्टेल तशी थट्टा करा, असा होत नाही.

- स्वत:ला दुसऱ्याच्या जागी ठेवून पाहा. त्यांचा दृष्टिकोन समजून घेण्याचा प्रयत्न करा. आवश्यक असेल तेव्हा ''काय वाटत असेल ते समजतंय मला!'', ''यामुळे तुम्हांला अगदी निराश वाटलं असणार, हे कळतंय मला!'' अशासारखी काही सहानुभूतिपूर्ण वाक्यं तुम्ही उच्चारू शकता.
- दुसऱ्याचा दृष्टिकोन समजून घेताना त्यांच्यावर टीका करू नका, त्यांना जोखू नका. एखादी गोष्ट पटली नाही तरी त्यांच्या मताचा आदर करा.
- संभाषणाच्या शेवटी त्या व्यक्तीचे आभार माना. तिने तुम्हांला वेळ दिला याची दखल घ्या.

गोड बोलायचं म्हणजे खोटेपणा करायचा, लबाडी करायची असं नक्कीच नाही; तर सकारात्मक नातेसंबंध जोपासताना आदरपूर्वक संभाषण करायचं, मायेने वागायचं!

●●●

समजून घेऊ...

चौकटीबाहेरचे विचार

यशस्वी व्यक्ती वेगळ्या नसतात. त्यांना यश मिळतं, कारण त्या इतरांपेक्षा वेगळा विचार करतात.

यश आणि सर्जनशीलता यांचं नातं घट्ट आहे. व्यावसायिक, वैयक्तिक आणि सामाजिक जीवनातील यशाची गुरुकिल्ली म्हणजे सर्जनशील मन. पारंपरिक किंवा साचेबद्ध कल्पना आणि उपायांच्या पलीकडे जाणारे सर्जनशील आणि नावीन्यपूर्ण विचार हे चौकटीबाहेरचे विचार (Out of box thinking) म्हणून ओळखले जातात. यात नवीन शक्यता आणि दृष्टिकोन शोधणं; स्थापित आदर्श आणि विचारपद्धतींपासून मुक्त होणं अपेक्षित आहे. नावीन्यपूर्ण विचारांमुळे समस्या सोडवणे आणि निर्णय घेणे या प्रक्रियांमध्ये मौलिकता, नवीनता आणि वेगळेपणा येऊ शकतो, ज्यामुळे व्यक्तींना आणि संस्थांना स्पर्धात्मक धार मिळते.

यात जोखीम पत्करण्याची इच्छा असणं, गृहीतकांना आव्हान देणं आणि कल्पकतेनं विचार करणं आवश्यक आहे. अपारंपरिक कनेक्शन तयार करणं आणि कल्पनांना अभिनव मार्गांनी जोडणं अनेकदा आवश्यक असतं. बऱ्याच क्षेत्रांमध्ये, सर्जनशील विचारांना महत्त्व दिलं जातं. परंतु, नवीन कल्पना स्वीकारण्यायोग्य आहे याची खात्री करण्यासाठी त्यांचे काळजीपूर्वक मूल्यांकन करणं, ती वापरून बघणं हे महत्त्वाचं आहे. चौकटीबाहेरच्या विचारांसाठी खुल्या मनाची आणि अनिश्चितता स्वीकारण्याची तयारीदेखील आवश्यक असते.

या महिन्यासाठी एक मंत्र

नम्र आणि आनंदी लोक उच्च ध्येय गाठू शकणार नाहीत,
हा एक गैरसमज आहे.

महिना ४

पहिला आठवडा

स्वत:ची प्रार्थना स्वत: तयार करा

पारंपरिक प्रार्थना चांगल्याच असतात. परंतु त्या दुसऱ्या कोणीतरी सर्वांसाठी सरसकटपणे तयार केल्या आहेत. आपल्याला नेमकं काय हवं आहे, प्रार्थनेतून आपल्याला कुठलं आर्जव करायचं आहे, हे फक्त आपलं आपल्यालाच माहीत असतं. म्हणून याबद्दल अजून काही माहिती घेऊ. त्याबरोबरच यात मानसशास्त्राचं एक महत्त्वाचं आणि अतिशय उपयोगी तत्त्व दडलं आहे, तेही जाणून घेऊ या.

आपली प्रार्थना आपण स्वत: तयार करणं ही उत्तम कल्पना असू शकते. नव्हे, तशी ती आहेच!

आपल्या अंतर्मनाची दिशा बदलण्यासाठी हे एक अत्यंत उपयुक्त तंत्र आहे. वैयक्तिक प्रार्थना तयार केल्याने आपल्याला आपले विचार आणि हेतू नियंत्रित करण्याची शक्ती मिळते. आपल्याला आपल्या ध्येयाची सतत आठवण होते, त्यावर लक्षपूर्वक काम करायला मदत होते.

आपण ज्या सूचना आपल्या सुप्त मनाला देत असतो त्या आपलं मन स्वीकारत असतं. या आपल्या मनाला दिलेल्या स्वयंसूचना असतात. याच तत्त्वावर आधारित आपण आपली प्रार्थना तयार करायची आहे. कितीतरी नको असलेल्या गोष्टी मनातून घालवण्यासाठी आणि चांगल्या गोष्टी मनावर बिंबवण्यासाठी अशा प्रार्थनेचा उपयोग होऊ शकतो.

आपल्याला आपल्या इच्छा, गरजा, स्वप्नं आणि ध्येयं माहीत असतात. ते मनात ठेवून आपण आपल्या प्रार्थना तयार करू शकतो. अशा प्रार्थना आपण मनापासून तयार करत असल्यामुळे आपलं तन आणि मन त्यात ओतलेलं असतं. म्हणून त्याचा परिणाम अधिक सखोल होतो आणि त्याची फळं लगेच मिळतात.

प्रार्थना करण्याची सर्वोत्तम वेळ कोणती?

व्यक्तीचा दिनक्रम, अग्रक्रम आणि आवडनिवड या बाबींवर ही वेळ अवलंबून असते. तरीसुद्धा, सरसकटपणे विचार केला तर पहाटे किंवा जाग येत असताना आणि रात्री झोपण्यापूर्वी; या वेळा स्वयंसूचनेच्या दृष्टीने अगदी योग्य ठरतात. सरावात आणि प्रयत्नांत सातत्य ठेवणं गरजेचं असतं. त्यातून वैयक्तिक विकास करणं, स्वभावात अनुकूल बदल करणं, स्ट्रेस कमी करणं अशा विविध आयामांसह जीवनाच्या प्रत्येक क्षेत्रात अनुकूल बदल घडून यायला मदत होईल.

शिवाय जेव्हा आपल्याला निराश वाटतं किंवा आत्मविश्वास कमी झाल्याचं जाणवतं त्याही वेळी प्रार्थना केली तर नक्कीच उपयोग होतो.

खरंतर एका वाक्यात सांगायचं झालं तर वेळ मिळेल तेव्हा ही प्रार्थना करावी.

प्रार्थना तयार करताना काही नियम वापरायचे आहेत का?

अर्थात! आपली प्रार्थना लवकर फळाला यावी असं वाटतंय ना आपल्याला; तर मग नियमानुसार करू या. खरंतर, आपल्या सुप्त मनाला लवकर कसं पटेल, या सूचनांचा तो पटकन स्वीकार कसा करेल आणि तसं तो कसा वागायला लागेल या सगळ्या बाबी लक्षात घेऊन हे नियम तयार केले आहेत.

- याला भाषेची अट नाही; पण भाषा सकारात्मक, होकारार्थी, आशावादी, साधी आणि सरळ असावी. (दुसऱ्या महिन्यात सांगितल्याप्रमाणे आपण आता सकारात्मक बोलायला सुरुवात केलीच आहे.)
- वाक्यं वर्तमानकाळात असावीत.
- काना-मात्रेचा फरकही न करता, जशीच्या तशी प्रार्थना म्हणायची आहे.

- आपला आनंदी आणि हसरा चेहरा मनात कल्पून, मनापासून, श्रद्धापूर्वक प्रार्थना म्हणायला हवी.
- आपल्या प्रार्थनेत वर्णन केल्याप्रमाणे आपल्या आयुष्यात बदल घडणार आहे, हा आत्मविश्वास बाळगून प्रार्थना म्हणायला हवी.
- नकारात्मक विचारांना मनातून हद्दपार करा.

मनोभावे केलेली कुठलीही गोष्ट नक्कीच फळ देते यात शंका नाही.
उदाहरण म्हणून एक प्रार्थना,

मी नवीन जबाबदारी स्वीकारण्यास तयार आहे,
त्यासाठी लागणारं बळ आणि धैर्य मला मिळत आहे,
माझा माझ्या योजनांवर पूर्ण विश्वास आहे,
मी मुक्त आहे, आनंदी आहे, सुखी आणि समृद्ध आहे.

स्वाध्याय

तुमची प्रार्थना तयार करा. रोज म्हणायला सुरुवात करा.

दुसरा आठवडा

माकडाची गोष्ट

माझ्याकडे एक माकड आहे. ते माझ्यासाठी फार मौल्यवान आहे. आमचं दोघांचं एकमेकांवर खूप प्रेम आहे. आम्हा दोघांनाही एकमेकांशी खेळण्यात खूप मजा येते. ते सतत माझ्या अंगाखांद्यांवर असतं. चांगली गोष्ट म्हणजे, तो मला कधीच सोडून जात नाही. त्याच्या असण्यामुळे माझं आयुष्य समृद्ध झालंय. त्याने माझ्या आयुष्यात भरपूर आनंद आणि हास्य आणलं आहे. तो माझी खूप काळजी घेतो. 'माझा प्रामाणिक आणि विश्वासू मित्र' असं मी त्याचं वर्णन करू शकते. मी ज्या काही गोष्टी त्याला शिकवते त्या सर्व तो दुसऱ्यांना करून दाखवतो. त्याला गोंजारलेलं आणि त्याचे लाड केलेलं फार आवडतं.

पण काही वेळेला ते फार विचित्र वागतं. प्रत्येक गोष्टीवर विचारही न करता स्वत:चं मत देणं हे त्याचं वागणं मला फार त्रासदायक ठरतं. ते काही वेळा सकारात्मक, तर बऱ्याचदा नकारात्मक वागतं. त्याच्या त्या वर्तनामुळे लोक मला चुकीचं ठरवतात. कधी-कधी ते प्रचंड रागावतं, तर कधी तावतावाने बोलतं; हे मात्र त्याने टाळायला हवं.

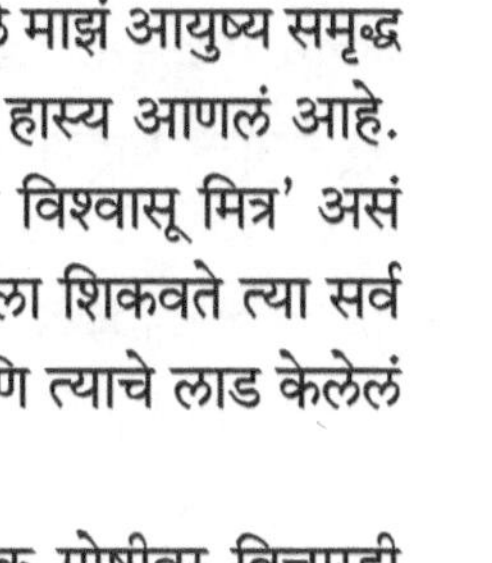

ते सारखं हलत असतं. एका जागेवर स्वस्थ बसणं त्याला खूप जड जातं. एका झाडावरून दुसऱ्या झाडावर उडी मारण्यात हे पटाईत आहे. मी बोलावते तेव्हा ते लगेच येतं आणि लगेच निघूनही जातं. नवनवीन गोष्टी सारख्या शोधत असतं ते. त्याला माकडचेष्टा करायला फार आवडतं. त्याच्या

अशा वागण्यामुळे मी फार निराश आणि दुःखी होते. पण मी एक मोठा श्वास घेते, आणि हा त्याचा स्वभाव आहे म्हणून सोडून देते.

मी जरी त्याला खूप गोष्टी शिकवल्या तरी त्याला हवं तेच ते करतं. मी खूप प्रयत्न करते. पण, छे! ते माझं अजिबात ऐकत नाही!

खरंतर मी त्याची मालक आहे आणि त्याने माझं ऐकलं पाहिजे. त्याने शिस्त पाळली हवी, सगळ्यांचा आदर केला पाहिजे आणि माझ्या सूचनांचं पालन केलंच पाहिजे.

मग मात्र ते माझा प्रामाणिक आणि प्रेमळ असा खरा मित्र असेल. त्याचं नाव आहे 'मन'.

आता माझा प्रश्न असा आहे –

मी त्याला कसं शिकवावं? त्यासाठी मला काय करावं लागेल?

अखेर मला काही युक्त्या सापडल्या, त्यातल्या दोन फार प्रभावी ठरल्या. त्याला नियमित आणि योग्य धडे द्यायला मी सुरुवात केली. आणि काय आश्चर्य ते बदलायला सुरुवात झाली! माझ्या सर्व गोष्टी ऐकायची त्याला सवय झाली. म्हणजे मी म्हणेल ते ते करायला लागलं. माझ्या खोडकर माकडाने त्याचं वर्तन बदललं. आता अगदी शहाणं झालं आहे ते!

तुमच्याकडेही असं माकड आहे. आपल्या सगळ्यांकडे असतंच. बरोबर ना! असंच वागतं का ते?

चला तर, आपण सगळे मिळून त्याला वठणीवर आणू या!

प्रयत्न केल्यावर मला जमलं. तुम्हांलाही जमेल.

त्याला वठणीवर आणण्याचं एक तंत्र आधीच सांगितलं आहे. स्वतःची प्रार्थना स्वतः तयार करणं आणि रोज त्याचं पठण करणं.

दुसरं तंत्र म्हणजे, आत्ताच्या क्षणावर लक्ष केंद्रित करणं (Mindfulness).

मानवाला एक वरदान मिळालेलं आहे. त्यानुसार भूतकाळ, वर्तमानकाळ आणि भविष्यकाळ या तिन्ही काळांबद्दल विचार करण्याची क्षमता आपल्या मेंदूकडे असते. उदाहरणार्थ, आपण भूतकाळातल्या अनुभवांतून शिकून भविष्याची योजना आखू शकतो. आपण मात्र या वरदानाचा चुकीच्या पद्धतीने वापर करत आहोत. भूतकाळातल्या वाईट आठवणीत आणि भविष्यकाळाच्या चिंतेत आपण इतके व्यग्र असतो, की वर्तमान क्षणांचा आपण आनंद घेऊ शकत नाही.

यासाठी एक युक्ती आहे – 'वर्तमान क्षणावर' लक्ष केंद्रित करायला शिकायचं. कसं? जे काम तुम्ही करताय त्यावर लक्ष केंद्रित करायचं. त्या क्षणाशी प्रामाणिक राहून करत असलेल्या कृतीवर मन एकाग्र करायचं. त्या कृतीला संपूर्ण न्याय द्यायचा. उदाहरणार्थ, आपण काही खात असलो, तर संपूर्ण लक्ष खाण्याच्या कृतीवर केंद्रित करायचं. चित्रपट पाहत असू, तर संपूर्ण लक्ष त्या चित्रपटाच्या प्रत्येक क्षणावर केंद्रित करायचं.

या तंत्राचं नाव आहे – माइंडफुलनेस (Mindfulness).

या तंत्राचे फायदे

- या तंत्राच्या सरावाने भावनिक बुद्धी विकसित होते
- अवधान अधिक काळ ठेवता येतं; लक्ष अधिक काळ केंद्रित करता येतं.
- अनावश्यक विचारांत गुंतून राहणं कमी होतं.
- आत्मभान विकसित होतं.
- बेभान कृती कमी होतात.
- संवाद कौशल्य विकसित होतं.
- 'स्व'चा लवकर स्वीकार करता येतो.
- विचारांचा लवचीकपणा सजगतेमुळे वाढतो.
- चिंता, औदासीन्य यांवरील उपचार म्हणून वापरले जातात.

स्वाध्याय

- माइंडफुलनेस तंत्र शिकून घ्या.
- रोज सकाळी आणि रात्री याचा सराव करायचा आहे. संशोधनाने हे सिद्ध झालं आहे की, तीन ते सहा महिने याचा सराव केला, तर आपला भावनिक मेंदू उत्तमरीत्या काम करायला लागतो. आपलं मन आपल्या ताब्यात राहतं.

●●●

तिसरा आठवडा
भावनिक भाषा

आपण कितीतरी जणांना रोज भेटत असतो. त्यातले काही जण तर आपल्याशी पटकन जोडले जातात. अर्थात, त्याची कारणं वेगवेगळी असतात. परंतु एक महत्त्वाचं कारण असतं. ते म्हणजे, आपल्या दोघांची भावनिक भाषा एक असते किंवा दुसरी व्यक्ती नकळत आपल्या भावनिक भाषेत आपल्याशी बोलते किंवा वागते.

भावनिक भाषा म्हणजे?

आपल्या प्रत्येकाची मानसिक जडणघडण वेगळी असते, त्यामुळे प्रत्येकाची विचार करण्याची, वागण्याची पद्धत वेगळी असते. भावना व्यक्त करण्याची प्रत्येकाची पद्धतही वेगळी असते. प्रत्येकाची एक भावनिक भाषा असते.

आपल्याशी आपल्या भावनिक भाषेत संवाद साधला तर... असा संवाद साधणाऱ्याबद्दल आपल्याला नक्कीच जास्त आत्मीयता वाटेल. अशा छोट्या-छोट्या गोष्टीतूनच नात्यांत चमत्कार घडतात. एकमेकांच्या विश्वासात भर पडते. कोणीतरी जाणीवपूर्वक आपलं मन जपतंय ही भावना सुखकारक असते, जीवनात आनंद निर्माण करणारी असते.

ही भावनिक भाषा पाच प्रकारची असते.

१. **शब्द - प्रोत्साहनात्मक शब्द (Words of Affirmation) :** हे नापीक जमिनीतून अंकुर फुटण्यासारखे असतात. मनावर, हृदयावर कोरले जात शब्द जतन केले जातात. भाषेमुळे संवाद साधला जातो. काही शब्द 'जादुई' असतात; आणि ते जर आपल्या माणसाने वापरले तर त्याचा अर्थ जास्त गहिरा होतो, आपल्याला भावतो.

''आज तू फारच टॉप दिसतेस!'' असं 'तो' म्हणतो तेव्हा 'ती'च्या गालावर निश्चितपणे गुलाब फुलतात. ''एक माणूस बुवा अगदी हिरोच दिसतोय!'' असं 'ती' म्हणते तेव्हा 'तो' तिच्याकडे प्रेमभावाने कटाक्ष टाकतो.

२. **वर्तन - कृतीतून प्रेम (Acts of Services) :** काहींना शब्दांपेक्षा वर्तनातून, कृतीतून, वागणुकीतून प्रेम दाखवायला जमतं, आवडतं. त्यांच्यासाठी शब्द फोल असतात. कोणासाठी काहीतरी करणं; मग ती अगदी छोटी कृती का असेना!

उदाहरणार्थ, चहा-कॉफी करणं, आवडता पदार्थ करणं. 'ती' घरकामात असताना तिला एक ग्लास पाणी देऊन पाठीवर थोपटणं.

३. **भेटवस्तू (Gifts) :** भेटवस्तूंची देवाणघेवाण, भेटवस्तूंच्या आधाराने भावना व्यक्त करणं. वाढदिवसाच्या दिवशी गुलाबाचं फूल, शुभेच्छापत्र, आनंद झाला की भेटवस्तू आणि रुसवा काढायलाही भेटवस्तू! ही भावनिक भाषा असणाऱ्या लोकांना जेवढ्या जास्त भेटवस्तू मिळतील तेवढं आपल्या माणसाचं आपल्यावर जास्त प्रेम आहे असं त्यांना वाटतं. 'ती'ला दर आठवड्याला 'तो'ने आपल्याला भेटवस्तू द्यावी असं वाटतं आणि मग ती मिळाली की 'बघा, किती किती प्रेम करतो माझ्यावर!' असं म्हणून ती खूश होते.

४. **एकमेकांच्या सहवासात वेळ घालवणं (Quality Time) :** Just Being Together. ''मला न 'तो'बरोबर नुसत्या गप्पा मारायला आवडतं. विषय कुठलाही चालतो. एकमेकांच्या सहवासात बसायचं, बोलायचं, एकमेकांचं ऐकायचं, किंवा नुसतंच एकमेकांकडे बघत बसायचं. एकमेकांचा हात हातात घेऊन सहवासाचा आनंद घ्यायचा.''

''ए, बंद कर बघू टीव्ही! आपण गप्पा मारू. टीव्हीची अडचण नकोय मला!''

कित्येक जोडपी कॉफी शॉपमध्ये एकही शब्द न बोलता कॉफी पीत बसतात किंवा लांबपर्यंत एकत्र फिरायला जातात. बोलण्याच्या नादात कधी अर्थ हरवतो. निःशब्द सहवास मात्र सारं काही बोलून जातो. इथे वस्तूंची, शब्दांची, देवाणघेवाणीची, कुठल्याही विशिष्ट वागणुकीची अपेक्षा नसते. अपेक्षा असते ती एकत्र असण्याची, एकमेकांना वेळ देण्याची!

५. **स्पर्श - शारीरिक स्पर्श (Physical Touch) :** लहान मुलांना जशी प्रेमाची, विश्वासाच्या स्पर्शाची गरज असते, त्यांना स्पर्शातून भावना समजतात; तसंच काही लोकांची भावनिक भाषा स्पर्श असू शकते. यांना स्पर्शाची महती मोठी असते. पाठीवरून हात फिरवणं, जवळ घेणं, हातात हात घेणं, एकमेकांचं चुंबन घेणं, आलिंगन देणं, मिठीत - कवेत घेणं. स्पर्शातून यांना जोडीदाराला या वेळी काय म्हणायचंय हे कळतं. गर्दीच्या रस्त्यात 'तो'ने 'ती'चा हात धरला की तिला विश्वास वाटतो. या वेळी आपण भांबावलोय हे जोडीदाराला नेमकं कळतं याबद्दल 'ती'ला 'तो'बद्दल जास्त आत्मीयता वाटते.

दिवसभर थकून घरी आल्यावर त्याला दरवाजात 'ती' आलिंगन देते तेव्हा तो दिवसभराचे श्रम विसरतो.

अशी मूक; पण बरंच काही बोलून जाणारी स्पर्शाची भाषा 'तो' आणि 'ती'मध्ये भावनिक नातं निर्माण करते. आपल्या प्रत्येकाकडे या पाचही भाषा थोड्या-थोड्या प्रमाणात असतात. पण जास्तकरून यापैकी एक प्रभावी असते.

आपली भावनिक भाषा ओळखायची कशी?

त्यासाठी पुढील तीन प्रश्न स्वत:ला किंवा प्रेमाच्या किंवा मैत्रीच्या लोकांना विचारा :

१. कुठल्या भावनिक भाषेमुळे आपण दुसऱ्यांशी चटकन जोडले जातो?
२. आनंदाच्या प्रसंगी दुसऱ्यांनी आपल्याशी कसं बोललं की आपल्याला आवडतं? आपल्या वाढदिवशी किंवा आपल्याला यश मिळालं की दुसऱ्यांनी आपल्यासाठी काय करावं असं आपल्याला वाटतं?
३. आपल्या कठीण प्रसंगात आपल्याशी लोकांनी कसं वागलं की आपल्याला बरं वाटतं, आधार मिळतो?

स्वाध्याय

- वरील माहितीच्या आधारे तुमची भावनिक भाषा समजून घ्या.
- आपल्या प्रेमाच्या, मैत्रीच्या लोकांची भावनिक भाषा ओळखा आणि त्यानुसार वागण्याचा प्रयत्न करा.

चौथा आठवडा
आयुष्याची रेसिपी

रेसिपी म्हणजे काही घटक घेऊन एखादा पदार्थ करण्याची कृती. रेसिपीमध्ये सगळ्यांत महत्त्वाची असते घटक पदार्थांची गुणवत्ता, त्यांचा दर्जा आणि त्यांचं योग्य प्रमाण.

उदाहरणार्थ, आपल्याला स्वयंपाक करायचा असतो, तेव्हा आपल्याला काय-काय गोष्टी लागतील याचा आपण विचार करतो आणि मग कृती ठरवतो.

चला तर मग, ठरवू या आपल्या आयुष्याची रेसिपी.

गणेशच्या आयुष्याची रेसिपी

कष्ट, आनंद आणि दुसऱ्याला मदत हे साहित्य घेऊन आयुष्य आनंदात काढायचं त्याने ठरवलंय. त्याला स्वत:बद्दल खात्री आहे की, तो हे साहित्य हाताशी घेऊन त्याच्या आयुष्याचं ध्येय नक्की गाठू शकेल.

कृष्णाची रेसिपी

कृष्णाने वेगळं साहित्य वापरण्याचं ठरवलं. कष्ट, साहस, क्रिकेट आणि अंगमेहनत याचं त्याला विशेष महत्त्व वाटत होतं. त्याशिवाय नवनवीन जबाबदाऱ्या अंगावर घेणं, अपयश आलं तरीही त्याकडे लक्ष न देता परत जोमाने कामाला लागायचं हे साहित्यही तो घेणार आहे. त्याला विश्वास आहे की, या रेसिपीद्वारे त्याला हवं तसं आयुष्य तो व्यतीत करू शकेल.

वैष्णवीची रेसिपी

वैष्णवीचा स्वत:च्या आयुष्याबद्दल वेगळाच विचार आहे. तिचा विश्वास आहे की, नवनवीन जबाबदाऱ्या घेऊन त्यात यश मिळवणं आणि नेहमी बदलाला सामोरं जाणं

याचा समतोल राखून सतत काहीतरी करण्यासाठी प्रेरित होऊन स्वत:ला वेळ देणं हे साहित्य तिच्या पोतडीत आहे. एवढ्या पुंजीवर ती आयुष्य मजेत घालवणार आहे.

सरस्वतीची रेसिपी

एक कप लोकांना मदत,
दोन कप प्रोत्साहन,
पाच कप स्वत:वर प्रेम,
तीन कप आपल्या आवडत्या लोकांवर प्रेम,
एक कप थोडा विश्वास,
आणि १०० कप मेहनत.

तिला असं वाटतंय की, यांचं मिश्रण केल्यावर जो पदार्थ तयार होईल तो भन्नाट असेल!

स्वाध्याय

तुमच्या आयुष्याची रेसिपी विचारपूर्वक लिहून काढा.

समजून घेऊ...

काय मागाल परमेश्वराकडे?

काल माझ्या स्वप्नात परमेश्वर आला. म्हणाला, ''तुझी प्रार्थना मी रोज ऐकतो, तू खूप मनापासून म्हणतेस ते फार भावतं. प्रार्थनेत तुझी असणारी श्रद्धा जाणवते मला. माग काय हवं ते!''

''चांगली बुद्धी दे, सर्वांना सुखी ठेव. हा मला तुझा आशीर्वाद दे!''

''तो तर आहेच तुझ्या पाठीशी; पण अजूनही मी काहीतरी तुला देणार आहे. माझ्याकडे पाच गोष्टी आहेत. त्यांतली एक मी तुला देईन.''

''कुठल्या गोष्टी?''

''आनंद, समाधान, आशा, सम-अनुभूती आणि यश; यांपैकी तुला कुठली हवी?''

''कुठली मागू? मला प्रश्न पडलाय. जरा विचार करते, उद्या सांगू!''

''चालेल.''

असं म्हणून तो निघून गेला.

जाग आली, स्वप्न होतं हे लक्षात आलं. पण मग दिवसभर विचार करत बसले. खरंच असं घडलं तर मग मी काय मागू?

स्वाध्याय

जर हा प्रश्न तुम्हांला विचारला तर तुम्ही काय निवडाल?

समजून घेऊ...

आनंदी रसायने

आनंदी रसायनं म्हणजे हॅपी केमिकल्स (Happy chemicals). आपल्याला आनंद झाला की मेंदूकडून स्रवणारी ही रसायनं (न्यूरोट्रान्समीटर) असून ती

बिनतारी संदेशाप्रमाणे कार्य करतात. डोपामाईन, सेरोटोनिन, ऑक्सिटोसिन आणि एंडॉर्फिन ही त्याची उदाहरणं आहेत. या रसायनांमुळे आपल्याला छान वाटतं, ताण कमी होतो, एकाग्रता वाढते, चित्तवृत्ती उल्हसित होते. आपण जर काही ॲक्टिव्हिटींचा समावेश आपल्या दैनंदिन नित्यक्रमात केला तर या आनंदी रसायनांची निर्मिती होऊ शकते.

१. **डोपामाईन :** हे न्यूरोट्रान्समीटर सौख्य आणि बक्षीस या दोन बाबींशी घनिष्ठपणे निगडित आहे. एखादा मस्त पदार्थ खाण्यासारख्या सौख्यप्रद अनुभवाने त्याची निर्मिती होते. कौतुक होणं, ध्येय साध्य करणं, प्रेरणा मिळणं, अध्ययन आणि हालचाल हा गोष्टी डोपामाईनवर अवलंबून आहेत.

व्यायाम – धावणं, वजन उचलणं अशांसारख्या शारीरिक कृतींमुळे मेंदूतली डोपामाईनची पातळी वाढायला मदत होऊ शकते. तशी ती वाढली की समाधानाची भावना जाणवते, बक्षीस मिळाल्यागत वाटतं. ध्येय निश्चित करणं आणि ते प्राप्त करणं – कितीही छोटं ध्येय का असेना, ते प्राप्त केल्यावर मेंदूला ते यश एखाद्या बक्षिसासारखं वाटून डोपामाईन पातळी वाढायला चालना मिळते. याशिवाय, सकारात्मक भावनांना उत्तेजन देणं, आवडणारं संगीत ऐकणं यातूनसुद्धा मेंदूतली डोपामाईन पातळी वाढायला मदत होते.

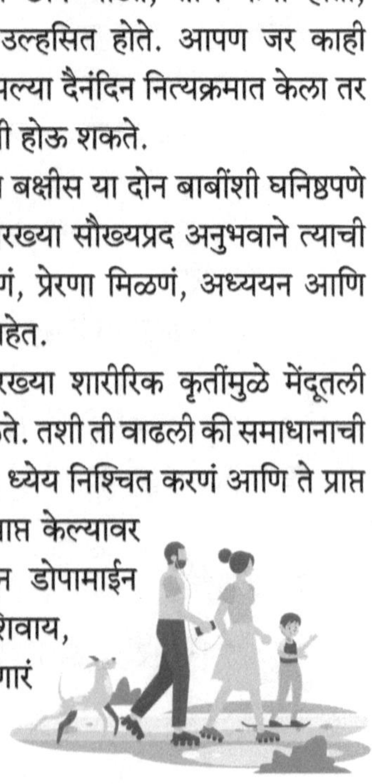

२. **सेरोटोनिन :** या न्यूरोट्रान्समीटरमुळे झोप, चित्तवृत्ती आणि भूक या बाबींचं नियंत्रण केलं जातं. याची पातळी कमी झाली तर नैराश्य आणि चिंता जाणवते. याची वाढीव पातळी आनंद आणि स्वास्थ्य भावनेशी निगडित आहे.

सेरोटोनिन निर्मितीसाठी सूर्यप्रकाश हा सर्वोत्तम मार्ग आहे.
सूर्यप्रकाशामुळे शरीरात 'ड' जीवनसत्त्वाची निर्मिती होऊन सेरोटोनिनची पातळी वाढते. सेरोटोनिनची पातळी व्यवस्थित राखता येऊ शकते. ध्यानधारणा आणि दीर्घ श्वसन यांच्या माध्यमातून शांती, तसंच समाधानाची भावना जाणवायला मदत होते. सामूहिक सेवेत सहभागी होणं आणि इतरांना मदत करणं त्यामुळेसुद्धा सेरोटोनिन पातळी वाढायला मदत होते.

३. **ऑक्सिटोसिन :** या न्यूरोट्रान्समीटरला 'प्रेमाचं संप्रेरक' म्हटलं जातं. कारण मिठी मारणं, चुंबन घेणं किंवा शरीरसंबंध करणं अशा जोडून घेण्याच्या क्रिया करताना ते स्रवतं. ऑक्सिटोसिनमुळे समानुभूती, विश्वास आणि जोडून घेण्याची भावना वाढीला लागते.
प्रिय व्यक्तीला मिठी मारणं, कुशीत घेणं अशा प्रकारे शरीरसंपर्क साधण्यातून ऑक्सिटोसिनची मेंदूतली पातळी वाढू शकते आणि त्यातून जोडलं जाण्याची (आपुलकी/आत्मीयता) भावना वाढीस लागते. पाळीव प्राण्यांच्या संपर्कात येण्यातूनही हा परिणाम जाणवतो. शांतता आणि आराम लाभतो. इतरांप्रति कृतज्ञता व्यक्त करणं, त्यांचं कौतुक करणं यातून सामाजिक स्तरावर जोडलं जाऊन ऑक्सिटोसिन स्रवायला मदत होते.

४. **एंडॉर्फिन :** हे न्यूरोट्रान्समीटर म्हणजे नैसर्गिक वेदनाशामक आहे आणि यातून सौख्य, तसंच अत्यानंद, उत्साह या भावनांना चालना मिळू शकते. शारीरिक व्यायाम किंवा सेक्स यांसारख्या उच्च शारीरिक कृतीमुळे एंडॉर्फिन स्रवू लागतं. खेळाडूंना खेळतांना 'भारी' वाटण्यामागे हे स्रवणं कारणीभूत आहे.

काही कृतींतून एंडॉर्फिन स्रवू शकतं :
हसणं : एखादा गमतीशीर सिनेमा पाहणं, तुम्हांला हसवणाऱ्या मित्र-मैत्रिणींच्या

सहवासात वेळ घालवणं याने मेंदूमध्ये एंडॉर्फिनची पातळी वाढून तुम्हांला सुखाची, उत्कट आनंदाची भावना जाणवू शकते.

आवडणारे पदार्थ खाणं : आवडीचे विशेषतः, गोड आणि मसालेदार, खाण्यातून एंडॉर्फिन स्त्रवू लागायला चालना मिळू शकते.

तीव्र स्वरूपाचे व्यायाम : धावणे, नृत्य अशा ज्या कृतींमुळे हृदयाचे ठोके वाढतात त्यातून अॅड्रेनेलिन स्त्रवू लागते. त्यामुळे एंडॉर्फिन स्त्रवण्याला चालना मिळू शकते.

अनेक रसायनांमुळे चित्तवृत्ती आणि भावनांवर नियंत्रण ठेवलं जात असलं, तरी ही चार रसायनं सर्वांत महत्त्वाची भूमिका पार पाडतात. या रसायनांची योग्य पातळी राखण्याने आनंद आणि स्वास्थ्य या दोन्हींत वाढ होऊ शकते.

स्वाध्याय

आपण यातील खूप साऱ्या अॅक्टिव्हिटी करून आपल्या मेंदूत आनंदी रसायन तयार करू शकतो. याचा फायदा नक्की करून घ्या.

समजून घेऊ...

स्व-संवाद

आपण एखाद्या विचारावर लक्ष केंद्रित करून, त्या विचाराशी संबंधित इतर विचारांची शृंखला मनात निर्माण करतो. ही शृंखला, हे मनातल्या मनात बोलणं म्हणजे एक प्रकारचा संवादच झाला नाही का? तो संवाद आपण आपल्याशीच करतो. म्हणून त्याला म्हणायचं स्व-संवाद किंवा आत्मसंवाद (Self talk). असा संवाद हा बहुधा स्वयंचलित म्हणजे आपोआप होतो; पण तो आपण जाणीवपूर्वकही करू शकतो. जे काही आपण अनुभवत असू किंवा पाहत असू, ऐकत असू याबद्दल आपली मतं, आपले विचार, आपलं परीक्षण आपण सतत मनात व्यक्त करत असतो. जणू काही आपल्या सभोवताली जे घडत आहे त्याच समालोचन, टीकाटिपण्णी करत असतो.

संवाद करताना, घडत असलेल्या घटनेचा अर्थ, मूल्यमापन आणि विश्लेषण आपण आपल्या विश्वास प्रणाली (Belief System)नुसार करत असतो. दुसऱ्या व्यक्तीचे काय विचार असतील हेही आपण आपल्याला वाटतात तसे मांडत असतो. असा संवाद म्हणजे जणू काही एक चर्चाच असते. अर्थात, आपण मनातल्या मनात ती करत असल्यामुळे ते आपलं गुपित असतं. ही चर्चा अगदी 'सच्ची' असते. दुसऱ्या व्यक्तीशी बोलताना आपण स्वत:वर ताबा ठेवतो आणि दर वेळी पूर्ण खरेपणाने व्यक्त होतोच असं नाही. पण स्व-संवादात त्याची गरज नसते; आणि म्हणूनच तो प्रामाणिक असतो. स्व-संवादात आपण स्वत:बद्दल आणि जगाबद्दल निष्कर्षही काढतो आणि म्हणूनच स्व-संवाद हा नुसत्या एकेकट्या विचारांहून अधिक शक्तिशाली असतो. शिवाय तो दुसऱ्याशी बोलून संवाद केल्यासमानच असल्याने मेंदूचे अधिक भाग या प्रक्रियेत सहभागी असतात.

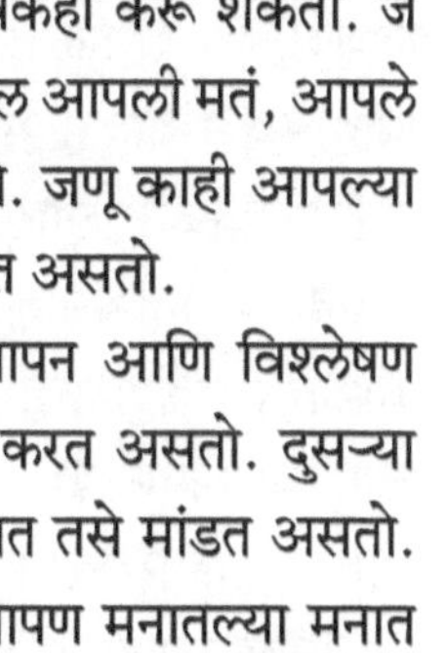

स्व-संवाद घडतो तेव्हा मेंदूत काय होतं?

दोन माणसांतील संवाद आणि स्व-संवाद होत असताना मेंदूचे कार्य कसे चालते, याचा अभ्यास F-MRI (Functional Magnetic Resonance Imaging) या तंत्रज्ञानाच्या मदतीने केला गेला. या अभ्यासाचा निष्कर्ष असा की, 'दोनही प्रकारच्या संवादांमध्ये मेंदूचा एकच समान भाग सक्रियपणे कार्यान्वित होतो. तो भाग म्हणजे, आपल्या बोलण्याच्या क्रियेशी जोडले गेलेले 'ब्रोकाचे क्षेत्र'. हे क्षेत्र आपल्या मेंदूच्या डाव्या भागात (Left inferior frontal gyrus) असते.

म्हणजेच, आपला मेंदू संवाद व स्व-संवाद दोन्हींमध्येही सारखेच काम करतो.

स्व-संवादाचे महत्त्व

विचार ते भविष्य या शृंखलेमध्ये स्व-संवाद हा एक महत्त्वाचा दुवा आहे, हे आपण पाहिलेच आहे.

रशियन मानसशास्त्रज्ञ विगोत्स्की (Vygotsky) याने स्व-संवादाविषयी अतिशय मौलिक विचार मांडले आहेत. स्व-संवादाप्रमाणे आपलं वर्तन तर घडतं. म्हणजेच, आपल्या वर्तनाचे मूळ स्व-संवादात आहे. याही पलीकडे जाऊन महत्त्वाचे म्हणजे, स्व-संवाद हा आपल्या प्रेरणेचा उगम आहे, आपल्या जगण्याचं प्रेरणास्थान आहे. स्व-संवाद हा माणसाच्या मनाचा आरसा आहे. जी माणसे स्व-संवाद समर्थपणे, सकारात्मकतेने वापरतात त्यांना स्वत:बद्दल उत्तम जाण निर्माण होते. कारण स्व-संवादाच्या माध्यमातून आपण आपले विचार, आपल्या भावना, आपले हेतू, आणि आपल्या वर्तणुकीचा आकृतिबंध (Pattern) यांचे योग्य विश्लेषण करू शकतो. आपल्या अंतर्मनात लपलेल्या अथवा दडलेल्या या गूढ अनाकलनीय बाबींचे आणि त्यांच्या परस्परसंबंधांचे ज्ञान आपल्याला होऊ शकते.

उदाहरणार्थ, परीक्षेचा निकाल बघायचाय या कल्पनेनेसुद्धा 'आपण नापास तर नाही होणार?' हा विचार मनात येतो. एवढंच नव्हे; तर या एका विचारातून अजून विचार निर्माण होतात.

'मी नापास होईन का?'

'मग आई-बाबांना काय वाटेल?'

'ते चिडतील, रागावतील, त्यांना वाईट वाटेल.'

'मला कोणाला तोंड दाखवायला जागा उरणार नाही.'

असे असंख्य विचार मनात येतात आणि तेसुद्धा क्षणात... एकातून दुसरा, दुसऱ्यातून तिसरा!

असे विचार ठरवून येत नाहीत. 'मी आता विचार मनात आणतो' असं ठरवून विचार येत नाहीत. ते आपसूक, आपोआप, सहज, आपल्याही नकळत मनात येतात. त्वरित, क्षणार्धात विचारांची उत्पत्ती मनात होते.

घटनेकडे बघताक्षणी जे विचार मनात येतात ते सकारात्मक असतात की नकारात्मक असतात, यावर आपण त्या घटनेचा अर्थ कसा लावतो हे ठरतं.

उदाहरणार्थ, परीक्षेचा निकाल बघताना आपल्या मनात विचार आला, की 'मी पास होणार'. या पहिल्या विचाराने पुढच्या विचारांची मालिका तयार होते. पहिला विचार सकारात्मक असेल तर पुढचेही विचार सकारात्मक निर्माण होतात.

मी पास होणार आहे.

'आईबाबांना, मित्रांना, सगळ्यांना आनंद होईल.'

'मी सगळ्यांमध्ये अभिमानाने वावरेन.'

घटना एक, 'परीक्षेचा निकाल'; पण विचार अनेक!

अनेक विचारांच्या शृंखलेऐवजी आपण एकच विचार सतत पुन:पुन्हा स्वत:ला सांगतो तेव्हा हा स्व-संवाद स्वयंसूचनेमध्ये बदलतो. स्वयंसूचना हे स्वत:मध्ये बदल घडवण्याचे एक प्रभावी तंत्र आहे.

या महिन्यासाठी एक मंत्र

अनिश्चिततेच्या अति विचाराने भीती वाटू शकते. मात्र, ज्ञात-अज्ञात अशा दोन्हींमध्ये सौंदर्य असते आणि त्यामुळे जगण्यात खुमारी असते. त्याचा आनंद घ्यायला शिकू या.

महिना ५

पहिला आठवडा
मी सुंदर आहे का?

लक्ष्मी मला भेटली तेव्हा ती नर्व्हस होती, अस्वस्थ होती. तिची मनःस्थिती ठीक नव्हती, हे अगदी स्पष्ट होतं. तिला प्रोत्साहन द्यावं, तिचा आत्मविश्वास वाढवावा असं मी ठरवलं.

''लक्ष्मी, गुड मॉर्निंग! किती सुंदर आहेस ग तू!''

''मी! आणि सुंदर! विनोद करताय का तुम्ही? मी कुठली सुंदर हो! उलट, कुरूपच आहे मी!''

ती जे ऐकत होती त्यावर विश्वास ठेवणं तिला कठीण जात होतं. आयुष्यात तिच्या वाट्याला कधीच कौतुकाचा शब्दही आला नव्हता. तिने ऐकली होती ती केवळ आणि केवळ टीका. माझे मायेचे शब्द ऐकून तिला धक्का तर बसलाच; शिवाय, गदगदून आलं.

''लक्ष्मी, खरं सांगते आहे मी. तू एक सुंदर स्त्री आहेस!''

मायेने तिच्याकडे पाहत मी हळुवारपणे म्हणाले, ''हे बघ, बाहेरून जे दिसतं तेवढंच सौंदर्य नसतं काही. तू खंबीर आहेस, शूर आहेस, दयाळू आहेस. तुझे विचारही सुंदर आहेत. प्रत्येकाप्रति तुझ्या मनात समानुभूती आहे. दुसऱ्यांचा दृष्टिकोन आणि भाव तू समजून घेतेस. त्यांना कशाने प्रेरणा मिळते ते लक्षात घेतेस. त्यांच्याशी तू वागतेस, बोलतेस तेव्हा तुझ्यात संयम जाणवतो, करुणा जाणवते. भोवतालच्या साऱ्यांशी दृढ अर्थपूर्ण संबंध ठेवणं तुझ्या दृष्टीने लाखमोलाचं असतं. या सगळ्या सद्‌गुणांनी तुला सुंदर केलं आहे.''

आता मात्र मान डोलावून लक्ष्मी हसली... समजल्यासारखी!

सौंदर्याची कल्पना ही व्यक्तिनिष्ठ असते. तिची अनेक रूपं असू शकतात. लोक सहसा शारीरिक सौंदर्याचा विचार करतात. आकर्षकपणा, प्रमाणबद्धता, आनंदी वृत्ती आणि डौलदारपणा या बाबी 'सौंदर्य' या शब्दाशी जोडल्या जातात.

सौंदर्य हे पाहणाऱ्याच्या नजरेत असतं. आपण कसे वागतो, कशी कृती करतो आणि कसा विचार करतो यातही सौंदर्य आढळू शकतं. प्रत्येकाचा आपापला दृष्टिकोन आणि प्राधान्यक्रम असतो.

निसर्गात किंवा कलेच्या कुठल्याही रूपात सौंदर्य सापडू शकतं. कधी फुलाची दुमडलेली पाकळी सौंदर्य मिरवते, तर कधी चित्रकाराच्या ब्रशचा एखादा हलकासा फटकारा! अगदी लहानसहान बाब टिपण्यातून सौंदर्य आकाराला येऊ शकतं. सौख्याचे क्षण सुंदर असतात.

सौंदर्य–मग ते कुठल्याही रूपात का असेना; प्रत्येकाने त्याविषयी आदर बाळगला पाहिजे, त्याचा सन्मान केला पाहिजे. सौंदर्याचं असणं साजरं केलं पाहिजे.

आपल्या प्रत्येकात काही ना काही चांगलं असतंच. गरज आहे ती केवळ अंतरंगात डोकावण्याची, आपल्याला मिळालेली ही अनोखी भेट जाणण्याची!

तेव्हा मंडळी,

तुम्ही सुंदर आहात का, हे तुमचं तुम्हीच ठरवायचं आहे आणि सौंदर्य प्राप्त करण्यासाठी काय करायचं हेही तुम्हीच ठरवायचं आहे. सौंदर्यासाठी आत्मविश्वास आणि स्व-सन्मान या बाबी आवश्यक आहेत. स्वतःवर प्रेम करणं, स्वतःचा आदर करणं, आपण जसे आहोत तसं स्वतःला स्वीकारणं आणि आत्मविश्वास वाटणं; हे तुम्हांला एकदा जमलं की, सुंदर वाटायला सुरुवात होते. हे वाटणं अगदी आतून उमलून येतं. महत्त्वाचं म्हणजे, सौंदर्य हे अंतिम स्थान ठिकाण नसून, हा एक प्रवास आहे हे लक्षात ठेवायला हवं.

स्वाध्याय

तुम्हांला आवडणाऱ्या व्यक्तीच्या सुंदरतेबद्दल लिहा.

तुमच्या सौंदर्याबद्दल लिहा.

दुसरा आठवडा
मी आज्ञाधारक आहे का?

मी पिनाकीशी बोलत होते... गोंधळलेला वाटला तो! त्याला नेमकं काय वाटतंय, हे व्यक्त करू पाहत होता तो!

"तसं म्हटलं तर, व्यक्ती म्हणून मी खूप आज्ञाधारक आहे. मी सगळे नियम पाळतो. कुणी काही सूचना दिल्या असतील तर त्या गंभीरपणे घेतो. दुसऱ्याने सांगितलेलं ऐकणं आणि त्यानुसार वागणं या गोष्टी माझ्या यादीत अगदी क्रमांक एकवर असतात. आईवडील आणि वडीलधारी यांचं सांगणं ऐकणं म्हणजे त्यांना आदर देणं, असं माझं मत आहे. त्यांचा अनुभव आणि सल्ला यातून मी शिकण्याचा प्रयत्न करतो. मी पूर्णपणे त्यांच्या मार्गदर्शनानुसार चालतो. नात्यांमध्ये आदर निर्माण करायचा असेल तर मोठ्यांचं ऐकायला हवंच. मला कुणीही काहीही सांगितलं की मी लगेच ते ऐकतो. 'का?' असंही कधी विचारत नाही. माझी इच्छा असो अथवा नसो; मी प्रत्येकाने सांगितलेलं ऐकतो म्हणजे ऐकतोच. इतकं करूनही मी आनंदी आहे का? तर, उत्तर 'नाही' असंच द्यावं लागेल. मी आनंदी नाही, यशस्वी नाही. असं का व्हावं? हा मला प्रश्न पडला आहे."

"हे बघ, पिनाकी! आज्ञाधारकपणा चांगला आहेच, कारण त्यातून आपण स्वयंशिस्त शिकतो, त्यातून एकूण शिस्त राखली जाते. आज्ञापालन केल्याने समाजाची एकवाक्यता वाढीला लागण्यास मदत होते. ज्येष्ठ व्यक्ती आणि अधिकारी यांच्याबद्दल आदर निर्माण

होतो. विश्वास तर निर्माण होतोच; पण सुरक्षिततेची भावना जोपासली जाते. आज्ञापालन करण्याच्या क्षमतेतून अधिक चांगलं टीमवर्क होतं, सहकार्य वाढीला लागतं.

"पण मित्रा, नेहमी आज्ञापालन करत राहणं हाच उत्तम मार्ग असतो असं नाही, बरं का! आज्ञाधारकपणा चांगला की वाईट, हे परिस्थितीनुसार ठरतं. संदर्भ लक्षात घेणं हेही गरजेचं ठरतं. समाजाच्या भल्यासाठी तयार करण्यात आलेले नियम पाळलेच पाहिजेत. त्यामुळे शिस्त राहते. कित्येकदा तर अधिकाऱ्यांचं म्हणणं ऐकणं गरजेचंही असतं. पण कुठलाही प्रश्न न विचारता, योग्य प्रकारे विश्लेषण न करता आंधळेपणाने आज्ञाधारकपणा अंगी बाळगणं हे अतिशय धोकादायक ठरू शकतं. अशा कृतींचा परिणाम घातक ठरू शकतो. त्यातून भेदभाव, सत्तेचा गैरवापर/दुरुपयोग किंवा मूलभूत हक्कांची पायमल्ली असे प्रकार उद्‌भवू शकतात."

माझं म्हणणं त्याला पटलं. स्वायत्ततेची जाणीव असेल तर लोक स्वतःचा विचार स्वतःच करू शकतात. आपल्या जोखण्यावर आधारित निर्णय घेऊ शकतात. परिणामतः, सर्जनशीलता आणि स्वतंत्र विचारातून अधिक तत्पर आणि परिणामकारक उपाय मिळू शकतात. आज्ञाधारकपणाचा अतिरेक झाला तर या गुणांची गळचेपी होईल, डबक्यासारखी अवस्था होईल, साचलेपण येईल. म्हणून विचारपूर्वक स्वतःच्या मनाला पटेल इतपत आज्ञाधारकपणा हवा.

स्वाध्याय

आज्ञाधारकपणाचा खरा अर्थ नीट समजून घ्या.

●●●

तिसरा आठवडा

माझे निर्णय मी घेते का?

मोठा आणि अर्थपूर्ण प्रश्न आहे. खरंतर एखादा निर्णय घेऊन आपण आपल्याला हवी ती निवड करत असतो. निवड म्हणजे तरी काय; की दोन किंवा अधिक पर्यायांमध्ये एक स्वीकारण्याची संधी! आपल्याला जे सर्वाधिक सोयीचं असतं आणि मौल्यवान वाटतं त्याआधारे आपण निवड करतो. निर्णय घेण्यासाठी प्रत्येक पर्यायाच्या दोन्ही बाजूंचा विचार करण्याची गरज असते. उपलब्ध वेळ, स्रोत आणि पर्यायांची उपलब्धता यांमुळे निवडीवर बंधन येऊ शकतं. ज्यामुळे लाभ वाढतो आणि ज्यात अंतर्भूत किंमत कमी होते तो निर्णय सर्वोत्तम म्हणायचा. आपण आपली निवड सहा घटकांवर आधारित करतो – टिकून राहणं, प्रेम, एखाद्या जागेचा/व्यक्तीचा घटक असणं, सत्ता, स्वातंत्र्य, गंमत आणि स्व-प्रतिष्ठा.

निर्णय घेणं आपल्याला इतकं आव्हानात्मक का वाटतं?

- चुकीची निवड केली तर आपल्या आयुष्यावर नकारात्मक परिणाम होईल या भीतीपोटी.
- कधी-कधी वास्तव, योग्य किंवा तर्कावर आधारित निवड करण्यापासून आपल्याला मानसिक स्थिती थोपवते.

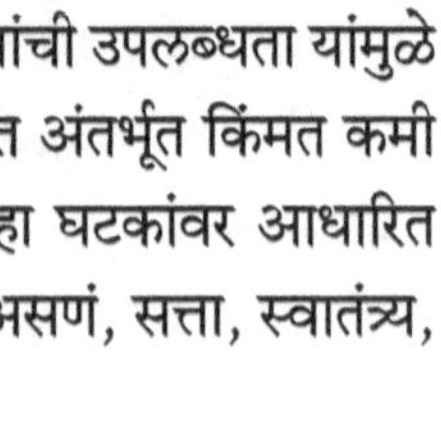

इतरांना आपले निर्णय घेऊ देण्याऐवजी आपण आपले निर्णय घ्यायला हवेत. आपल्या आयुष्याची सूत्रं आपल्या हातात घेणं, आपल्या कृतींची जबाबदारी आपण घेणं आणि आपल्या निर्णयांना आपणच जबाबदार राहणं आपल्या हातात आहे. आपल्या निवडी आपण करण्यातून स्वातंत्र्य मिळतं

आणि आपला आपल्या क्षमतांवरचा विश्वास वाढतो. तेव्हा, आपला मार्ग निवडणं हा योग्य निर्णय आहे, शहाणपणाचा निर्णय आहे.

समजा, आपली निवड अगदी चुकलीच, तरी त्यातून आपण शिकू. माघार घायची किंवा सोडून द्यायचं याऐवजी 'अपयश का आलं?' याचा विचार करून पुन्हा तसं घडण्यापासून आपण थोपवू शकतो. आपल्या चुकांतून शिकणं आणि आपल्या निवडीबद्दल विचार / चिंतन / मनन करणं यातून आपल्याला विकसित व्हायला आणि सुधारणा करायला मदत होते.

स्वाध्याय

- कशी आहे तुमची निर्णयप्रक्रिया?
- निर्णय घेताना माहिती गोळा करणं, पर्यायांचा विचार करणं, निवड करणं आणि निष्कर्षाचं मूल्यमापन या गोष्टी अंतर्भूत होतात. माहिती प्राप्त करून योग्य निर्णय कसा घ्यायचा हे ही प्रक्रिया वापरून शिकून घ्या.

चौथा आठवडा

कोण बरोबर?

काही वेळा वादविवादात 'कोण बरोबर?' हा कळीचा प्रश्न निर्माण होतो. दोघंही आपापल्या मतांवर ठाम राहतात आणि मग वादविवाद सुरू होतो इगोचा. 'काय बरोबर? कोण बरोबर?' या वादात आपण अडकून बसतो.

समजा, घरात या क्षणी नवरा-बायकोचा वाद सुरू आहे. तीन वर्षांच्या मुलाला कोणत्या माध्यमात घालायचं?

'कोण? काय? कशाला?' या प्रश्नांची उत्तर न शोधता 'मीच बरोबर' हा वाद सुरू झाला आहे.

मुलाच्या वडिलांना वाटतं की, त्याला इंग्लिश माध्यमाच्या शाळेत घालावं, तर आईला वाटतं की, त्याला मराठी माध्यमाच्या शाळेत घालावं.

दररोज चर्चेचं रूपांतर संवादात होण्याऐवजी वादात होतं. परिस्थिती रोज अधिकाधिक गंभीर होते आहे.

बाबा : ''मला बाहेरचं जग माहीत आहे. स्पर्धा किती आहे हे मी रोज अनुभवत असतो. मराठीत शिकवलं तर तो आजच्या जगात मागे पडेल.''

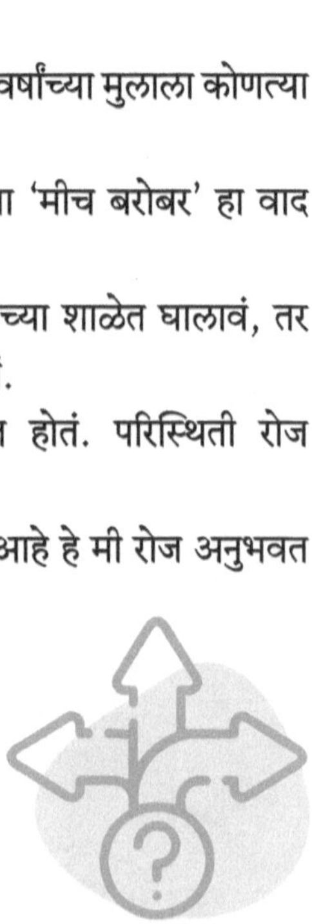

आई : ''ते मला काही माहीत नाही. मी मराठी माध्यमात शिकले आहे. माझं काहीही वाईट झालं नाही.''

वडिलांच्या मते, 'मी वास्तववादी विचार करतो, त्यामुळे मीच बरोबर आहे.'

आईच्या मते, 'मी त्या मुलाची आई आहे. माझ्या बाळासाठी काय योग्य आहे, हे मलाच कळतं.'

आता काय निर्णय घ्यायचा?

स्वाध्याय

- या वादात कोण बरोबर – आई की बाबा?
- तुम्ही निर्णय घेताना कोणत्या मुद्द्यांचा विचार केला असता?

समजून घेऊ...

निर्णय घेताना...

माझ्या आयुष्यात घडलेला प्रसंग. तुम्हीही स्वतःला सावित्रीच्या जागी ठेवून बघा.

सावित्रीसाठी आजचा दिवस खूप महत्त्वाचा होता. तिच्यासाठी मोठी पार्टी देण्यात येत होती. तिने मिळवलेल्या यशाचा कौतुकसोहळा होता तो! आज ती पार्टीच्या केंद्रस्थानी असणार होती आणि उत्सव मूर्तीसुद्धा! साहजिकच, ती खूप उत्तेजित झाली होती, पण त्याच वेळेस अस्वस्थ, चिंताक्रांतही झाली होती. तिच्याकडे सगळ्यांचं लक्ष असणार होतं. सगळ्यांच्या नजरा तिच्यावर खिळणार होत्या. आजवर तिला असा अनुभव कधीच आला नव्हता. या संधीचं सोनं करायचं हे तिचं उद्दिष्ट होतं. अनेक मुलींसाठी ती 'रोल मॉडेल' असल्याने तिला छान तयार व्हायलाच हवं होतं, तिने डौलदार दिसायलाच हवं होतं. तिने कपडे, दागदागिने, पर्स इतर गोष्टी अगदी विशेष निवडल्या होत्या. तरुण पिढीपुढे ती एक उत्तम उदाहरण ठेवू पाहत होती. तयार झाल्यावर तिने स्वतःचं प्रतिबिंब आरशात निरखलं तेव्हा ती किती कौतुकास्पद दिसत होती, यावर तिचाच विश्वास बसला नाही! स्टाईल आणि विनम्रता यांचा अनोखा समतोल साधला गेलेला पाहून ती स्वतःवरच खूश झाली.

स्वतःवर खूश होत स्वतःशीच म्हणाली, ''वॉव! अप्रतिम! अगदी माझ्या मनासारखं! आता मी माझे सिंड्रेलाचे शूज घालते.''

तिचे स्टायलिश शूज पायात घालून तिने काही पावलं चालून पाहिलं. शूज पायाला चावत आहेत, असं

तिच्या लक्षात आलं. समारंभात हे शूज घालून वावरायचं म्हटलं तर कठीण होणार होतं. पावलं खूप दुखली असती तिची.

तिच्यासमोर तीन पर्याय होते –

१. तिच्या पोशाखाला शोभतील असे हेच शूज घालून पुढचे चार तास वेदना / त्रास सहन करणं.
२. रोजचेच आरामदायी असणारे; पण तिच्या पोशाला विजोड असणारे शूज घालणं.
३. अनवाणी वावरणं.

स्वाध्याय

तुम्ही तिच्या जागी असता तर काय केलं असतं?

या प्रश्नाचं कुठलंही उत्तर चूक किंवा बरोबर नाही. जे तुम्हांला पटलं आहे आणि ज्याच्या समर्थनासाठी तुम्ही खंबीरपणे उभे राहू शकता ते सगळ्यांत महत्त्वाचं आहे. तुम्ही घेत असलेल्या निर्णयाचे– मग तो कुठलाही निर्णय असो– परिणाम काय आहेत याची जाणीव तुम्हांला हवी. सरतेशेवटी, स्वतःसाठी योग्य निवड करणं महत्त्वाचं आहे. तुमच्यासाठी जो निर्णय योग्य वाटतो त्याची निवड करा. स्वतःच्या अंतःप्रेरणेवर विश्वास ठेवा. प्रत्येक पर्यायाच्या सर्व बाजूंचा विचार करा. प्रत्येक पर्यायाचा तुमच्या भविष्यावर कसा परिणाम होऊ शकतो याचा विचार तुम्ही करायला हवा. एकदा निर्णय घेतल्यावर मग मात्र मागे वळून पाहू नका.

●●●

समजून घेऊ...

गैरसमज टाळावेत कसे?

गैरसमज हा एक भलामोठा राक्षस आहे. यामुळे अनेक नाती तुटतात. निरोगी, आनंदी नातेसंबंधांना हादरवून सोडणारी गोष्ट.

गैरसमज टाळायचे असतील तर संवाद स्पष्टपणे साधला जाणं आणि नीट ऐकून घेणं अत्यावश्यक ठरतं. इथे दिलेल्या सूचनांची त्यासाठी मदत होऊ शकते.

- प्रत्येक जण समान बाबींचा विचार करत आहेत, याची खात्री करून घेण्यासाठी स्पष्ट प्रश्न विचारा. तुम्ही जे काही म्हणत आहात ते लक्षात घेत त्यावर विचार करायला लोकांना आवर्जून वेळ द्या. संवाद साधा, अभिप्राय मिळाला तर तो स्वीकारायची तयारी ठेवा.
- स्पष्ट आणि समजायला सोपं असं बोला. आपल्या बोलण्याचा अर्थ समोरच्या व्यक्तीला नीट समजला आहे याची खात्री करून घ्या. त्यांना अधिक माहिती हवी असल्यास ती द्या. त्यांच्याकडून अधिक माहिती हवी असल्यास ती घ्या. त्यांना उत्तर द्यायला पुरेसा वेळ द्या. त्यांचा दृष्टिकोन लक्षात घ्या आणि त्यांचं म्हणणं ऐकून घ्या.
- तुम्हांला जे म्हणायचं आहे ते लक्षात आलं आहे का, हे त्या दुसऱ्या व्यक्तीला विचारा. चर्चेला जागा ठेवा. गरज पडल्यास पुढे चर्चा करा. त्यामुळे दोन्ही बाजू समान पातळीवर समजून घेऊ शकतील आणि पुढचे गैरसमज टाळले जातील.
- समोरची व्यक्ती गोंधळली असेल तर तिला स्पष्टता येण्याच्या दृष्टीने अधिक माहिती किंवा उदाहरणं द्या.

- ती व्यक्ती काय सांगते आहे याकडे लक्ष द्या. प्रश्न विचारा; पण ती व्यक्ती बोलत असताना तिला अडथळा आणू नका. ऐकताना तिच्याकडे पाहा. जोखू नका. तिला तिचं सांगणं संपवू द्या. स्वत: ठोकताळे काढण्याऐवजी त्या व्यक्तीचा दृष्टिकोन समजून घ्या.
- नम्र भाषेचा वापर करा. चुकीचा अर्थ काढला जाईल अशी भाषा टाळा. संतापाने बोलणं, टीका करणं, टोमणे मारणं या गोष्टी टाळा, त्यातून अनादर दिसून येतो.शिवाय, उगाच निष्कर्षांवर उडी न मारता कदाचित त्यांचं सांगणं योग्य असू शकतं, असाही विचार करा.
- तुमच्या बोलण्याबद्दल तुम्हांला अभिप्राय मिळाला तर स्वीकारा. काही गैरसमज झाला, गोंधळ झाला तर एकत्र येऊन तो सोडवायची तयारी दाखवा.
- आपल्याबद्दल कुणी अभिप्राय दिला तर तो आदराने आणि कृतज्ञतापूर्वक ऐकून घ्या. दुसऱ्याच्या दृष्टिकोनाचा आदर करा.

तुमच्या एखाद्या नात्यात काही गैरसमज झाले असतील तर इथे दिलेल्या सूचनांनुसार पुन्हा एकदा संवाद साधून गैरसमज दूर करा. सुदृढ नाती हा यशस्वी जीवनाचा पाया आहे, याचे भान ठेवून संवाद साधा.

●●●

समजून घेऊ...

कमकुवतपणाचे रूपांतर सामर्थ्यामध्ये करणे

तुमचा कमकुवतपणा तुमच्या यशस्वी, आनंदी जीवनाच्या स्वप्नाच्या मार्गात उभा असलेला मोठा अडथळा आहे. त्याला नष्ट करायचं असेल तर त्याचं रूपांतर तुमच्या सामर्थ्यामध्ये रूपांतरित करा. कसं?

कमकुवतपणाचे सामर्थ्यामध्ये रूपांतर करण्याच्या प्रक्रियेसाठी आत्मचिंतन, दृढनिश्चय आणि कठोर परिश्रम आवश्यक आहेत. याव्यतिरिक्त, यात वास्तववादी लक्ष्य ठरवणं आणि सुधारण्यासाठी स्वतःमध्ये लहान-लहान बदल करणं समाविष्ट आहे. समर्पण आणि चिकाटीने कमकुवतपणाचं सामर्थ्यात रूपांतर करणे आणि स्वतःची चांगली आवृत्ती बनणे शक्य आहे.

आपल्या कमकुवतपणाचे सामर्थ्यामध्ये रूपांतर करण्यासाठी पुढील पायऱ्या समजून घ्या :

१. तुमच्या कमकुवतपणाचे स्वरूप नीट समजून घ्या.
२. त्यावर मात करण्यासाठी धोरणात्मक नियोजन करा. आवश्यक असल्यास तज्ज्ञांचे सहकार्य घ्या.
३. नवीन कौशल्ये आत्मसात करा.
४. सराव करा, सराव करा, सराव करा.
५. इतरांचे समर्थन, साहाय्य मिळवा.

तुमच्या कमकुवतपणाचे ताकदीत रूपांतर करण्यासाठी चिकाटी, दृढनिश्चय आणि सकारात्मक मानसिकता लागते. कोणीही परिपूर्ण नसतो, आणि यश सुधारणेतून येते, परिपूर्णतेतून नाही.

या महिन्यासाठी एक मंत्र

लक्षात ठेवा शब्दांमध्ये शक्ती असते,
त्यांचा वापर काळजीपूर्वक करू या!
बोलण्यापूर्वी थोडा वेळ विचार करू या!

महिना
६

पहिला आठवडा
सुंदर माझं घर

आपल्यासाठी घर म्हणजे केवळ चार भिंतींची एक इमारत असं नसून त्याहून मोठा अर्थ त्याला आहे.

दिवसभर कष्ट करून आल्यावर मस्त आरामात बसायची जागा म्हणजे घर.

जिथे सुरक्षितता आणि प्रेम मिळतं; आपली ओळख जपली जाते; ती जागा म्हणजे घर.

आपण जिथे दृढ नाती जोपासू शकतो, आठवणी घडवू शकतो, अशी जागा म्हणजे घर.

जिथे शांती, सुरक्षा आणि सुरक्षितता मिळते, ती जागा म्हणजे घर.

एक सुंदर, उबदार, हवीहवीशी जागा म्हणजे घर.

मनात 'मी या वास्तूचा आहे आणि ही वास्तू माझी आहे' ही भावना जागवणारी जागा म्हणजे घर. अशी मायेची ऊब देणारं स्थान, स्वामित्वाची भावना जपणारी वास्तू म्हणजे घर.

आपलं घर हा जणू आपला खजिनाच! तो जपायलाच हवा. त्याची नीट काळजी घ्यायला हवी. संभाव्य धोक्यांपासून त्याला सुरक्षित ठेवायला हवं. त्याची वरचेवर देखभाल करायला हवी. त्याची डागडुजी करून त्याला व्यवस्थित ठेवायलाच हवं. त्या घरात राहणं आपल्यासाठी सुखद अनुभव ठरावा असं वाटत असेल तर हे घर स्वच्छ आणि नीटनेटकं ठेवायलाच हवं. त्या घरात राहणारी आपली माणसं आणि मालमत्ता

सुरक्षित राहील याकडे लक्ष द्यायलाच हवं. इतकंच नव्हे; तर नकोसे कीटक, झुरळ, मुंग्या, पाली इत्यादी घरात येऊ नयेत म्हणून घराच्या विशेष सुरक्षिततेसाठी वरचेवर नियमितपणे पेस्ट कंट्रोल करून घ्यायला हवं. शेवटचं आणि सर्वांत महत्त्वाचं म्हणजे, आजूबाजूला कोणते संभाव्य धोके असू शकतात, हे लक्षात घेत त्याविरुद्ध उपाययोजना करायलाच हवी.

आपलं घर आपल्या राहण्याच्या दृष्टीने अधिक आरोग्यदायी आणि अधिक एकोपा साधणारं होण्यासाठी या काही सूचना :

१. घरातला फापटपसारा आवरा; वापरात नसलेले सामान काढून टाका.

२. घरात प्रवेश करताच प्रसन्न वाटेल असं पाहा.

३. झोपण्याची जागा आरोग्यदायी असेल याकडे लक्ष द्या.

४. नकारात्मक ऊर्जा दूर सारा / सकारात्मक ऊर्जा आणा.

५. एक आत्मीय आणि पवित्र असे स्थान निर्माण करा.

स्वाध्याय

- तुमच्या स्वतःच्या घराबद्दल तुम्हांला काय वाटतं? त्याबद्दल लिहा.
- वरील पाच गोष्टींव्यतिरिक्त तुम्ही आणखी काय कराल?

दुसरा आठवडा

घरात सकारात्मक वातावरण

घरात सकारात्मक वातावरण निर्मिती करण्यासाठी काय कराल?

- एक कुटुंब म्हणून एकमेकांचा सहवास सुरेख कसा होईल ते पाहावे.
- एकत्र जेवणं, मजा करणं, गप्पागोष्टी, हसणं, खेळणं, कुशीत शिरणं, मिठी मारणं, जवळ घेणं, हे आपण करू शकतो.
- कुटुंबाचे सदस्य म्हणून एकमेकांचं कौतुक करणं, नावाजणं, पाठिंबा देणं या गोष्टी आपण करू शकतो.
- प्रत्येक सदस्याला आपल्या भावना व्यक्त करता याव्यात यासाठी आपण वेळ देऊ शकतो.
- जे जीवन रोज जगता यावं यासाठी आपण प्रयत्न करतो, ते तसं जगता यावं म्हणून प्रोत्साहन मिळेल असं वातावरण घरात निर्माण करावं.

या व्यतिरिक्त करावयाच्या आणखी गोष्टी

- आपण सगळ्यांनी नात्यांची जोपासना केली पाहिजे.
- स्वत:ची काळजी घेतली पाहिजे.
- आपल्या घरात सर्जनशीलता जपली आणि जोपासली पाहिजे.
- आनंदी आणि ध्येयनिष्ठ जगणं ही आपल्या घराची ठळक चिन्हं असली पाहिजेत.
- याहीपेक्षा महत्त्वाचं म्हणजे घर ही घरातल्या सर्वांच्या विकासाला पूरक ठरणारी जागा असली पाहिजे.

- काहीतरी नवीन शिकण्याला, नवनिर्मिती करण्याला आणि वैयक्तिक विकासाला प्रोत्साहन दिलं पाहिजे, पाठिंबा दिला पाहिजे.
- प्रत्येकाला आपल्या पूर्ण क्षमतेपर्यंत पोहोचण्याची संधी मिळाली पाहिजे.
- अधिक चांगल्या भविष्यासाठी प्रयत्न करण्याचं प्रोत्साहन या जागेतून प्रत्येकाला मिळालं पाहिजे.
- प्रत्येकाचा सन्मान नित्य राखला गेला पाहिजे.
- वेगळेपणाचा गौरव आणि वैयक्तिक दृष्टिकोनाचा आदर राखला जावा.
- परतून येण्याचं हे ठिकाण आहे असा विश्वास प्रत्येकाला वाटला पाहिजे.

'होम - स्वीट होम'मध्ये भरपूर भावनिक अर्थ सामावलेला असल्यामुळेच 'होम - स्वीट होम' हे शब्द चपखल बसतात.

स्वाध्याय

घरातलं वातावरण आरोग्यदायी, मस्त आणि सकारात्मक ठेवण्यासाठी तुम्ही काय करता?

●●●

तिसरा आठवडा
वास्तुपुरुष

पक्ष्यांना कधी घरटं तयार करताना बघितलं आहे? काडी, कापूस, गवत अशा विविध वस्तू खूप कष्टाने तो आपल्या लहानशा चोचीत धरून आपल्या घर बांधणाऱ्या जागेकडे वेगाने भरारी घेतो. त्यांना निरखून बघितलं तर लक्षात येईल, त्यांच्या डोळ्यांत असते माया, मुखावर असतं समाधान, प्रेमाने दाटलेल्या त्यांना आपण आपल्या पिल्लांसाठी एक सुरक्षित घर देतोय, ही भावना असते.

आपलीही कहाणी काही वेगळी नसते. घर हे नुसत्या विटा, दगड, सिमेंट यांनी नाही बनत. घराला नुसत्या भिंती, छप्पर नसतं, त्या प्रत्येक विटेत असते प्रत्येकाची अशी एक कथा, असते एक काळजी, सुरक्षित जीवनाची आशा, मायेची ऊब! अगदी ते घर एका खोलीचं असेल किंवा भलामोठा महाल असेल, यांत फरक असतो तो फक्त आकाराचा, गुंतलेल्या भावना मात्र सगळ्यांच्या सारख्याच!

घर मनासारखं तयार झालं की मग अशा आपल्या घराला आपण मनाप्रमाणे, आवडीप्रमाणे सजवतो, नटवतो. भिंतींना छान रंग देतो, भितींवर उत्तम फोटोफ्रेम लावतो. फ्लॉवरपॉटमध्ये फुलं ठेवतो. प्रत्येक कोपरा, प्रत्येक खोली कलात्मक वस्तूंनी सजवतो. जमिनीवर गालिचे, सतरंज्या घालतो. हे सगळं करताना मनात एकच भावना असते की, ही वास्तू माझी आहे. या वास्तूत मी आणि माझा जोडीदार, आमची मुलं-बाळं, आईवडील, आणि आमची चार पायांची गोंडस मुलं सुख-समाधानाने सुरक्षित आणि आनंदाने राहणार आहेत. आणि अशी वास्तू उत्तम ठेवणं हे माझं कर्तव्य आहे.

सणांची बात तर काही औरच! गुढी पाडव्याला घराबाहेर गुढी उभारतो, दसऱ्याला तोरण बांधतो, दिवाळीला रांगोळ्या, आकाशदिवे, पणत्या! बाप रे! ही यादी काही संपायची नाही. प्रत्येक सणाची खासियत वेगळी!

हे असेच काहीसे विचार असतील ना तुमच्या मनात! तर मग मंडळी, अशा वास्तूचे आभार मानू या, त्याला आपल्या जीवनात महत्त्वाचं स्थान द्यायला हवं ना!

प्राचीन काळी वास्तुपुरुषाची भूमिका फार महत्त्वाची मानली जात असे. त्याला आपल्या जीवनात एक महत्त्वाचं स्थान दिलं जातं असे. हे प्राचीन भारतीय विज्ञान आहे आणि त्यात किती तथ्य आहे हे तर आपण सगळेच मानतो. तर मग, आपण सर्व आपल्या या वास्तूचे आभार मानू या, त्याला आवाहन करू या! कसं?

रोज आपल्या प्रार्थनेत त्याला मानाचं स्थान देऊ या!

त्याचा रोज आशीर्वाद घेऊ या!

प्रार्थना (संस्कृत)

ॐ वास्तोष्पते प्रति जानीह्यस्मान्त्स्वावेशो अनमीवो भवा नः ।
यत्त्वेमहे प्रति तन्नो जुषस्व शं नो भव द्विपदे शं चतुष्पदे ॥
ॐ वास्तोष्पते प्रतरणो न एधि गयस्फानो गोभिरश्वेभिरिन्दो।
अजरासस्ते सख्ये स्याम पितेव पुत्रान्प्रति नो जुषस्व ॥
ॐ वास्तोष्पते शग्मया संसदा ते सक्षीमहि रण्वया गातुमत्या।
पाहि क्षेम उत योगे वरं नो यूयं पात स्वस्तिभिः सदा नः ॥
ॐ अमीवहा वास्तोष्पते विश्वा रूपाण्याविशन् । सखा सुशेव एधि नः ॥
ॐ वास्तोष्पते ध्रुवा स्थूणांसत्रं सोम्यानाम्।
द्रप्सो भेत्ता पुरां शश्वतीनामिन्द्रो मुनीनां सखा स्वाहा।।

या प्रार्थनेचा शब्दशः अर्थ असा आहे :

हे वास्तुपुरुष! आमच्याकडे लक्ष दे... आमचं अस्तित्व तू जाण... आमच्या घरातील पुत्र, पौत्र आदि द्विपाद आणि गाय, घोडे, कुत्री, मांजरी आदि

चतुष्पाद यांना निरोगी आणि सुखी कर... जे धन आम्ही तुझ्याकडे मागू ते आम्हांला प्रदान कर.

आम्हांला कल्याणकारी धनदौलत प्राप्त होऊन ती वृद्धिंगत होऊ दे... तुमच्या कृपेने आमच्या गायी, घोडे निरोगी असू दे... आणि आमचे पुत्रांप्रमाणे पालन कर.

आम्हांला सुखकर, आनंददायी, ऐश्वर्यसंपन्न स्थान मिळवून दे, आम्हांला मिळालेल्या आणि मिळणाऱ्या धनाचे तू रक्षण कर... आमच्याकडे सदैव कल्याणकारी, सुखासीन साधनांची रेलचेल असू दे... आणि आम्हांला सुरक्षित ठेव.

हे वास्तुपुरुष! सर्व रोगांचे निवारण करणारे तुम्ही, विविध रूपे घेऊन आमचा सखा हो... आणि आम्हांला सुख प्रदान कर.

या आमच्या घरातील स्तंभ आणि छप्पर मजबूत होवो... यज्ञ करणाऱ्यांची शरीरे शक्तिवान असू दे... सोमरस सेवन करणारे इंद्र देव, वाईट - क्रूर प्रवृत्तींच्या राक्षसांची अनेक शहरे तुम्ही नष्ट केली आहेत... तुम्ही कायम साधू, मुनी, सज्जनांचे मित्र व्हा आणि आमचे संरक्षण करा.

तर मंडळी, आता आपली ॲक्टिव्हिटी...

स्वाध्याय

दिलेली संस्कृत प्रार्थना आणि त्याचा अर्थ समजून घेऊन एक स्वतःची सुंदरशी अशी प्रार्थना तयार करा. करताना आपल्या कुटुंबीयांची मदत घेतली तर सोन्याहून पिवळं! कारण त्यांचीही आपल्या घराबद्दलची भावना आपल्यासारखीच असेल!

नमुन्यादाखल एक प्रार्थना या महिन्याच्या शेवटी (पान क्र. १२८) दिली आहे. तुम्हांला भावतील ते शब्द, वाक्य... कधी म्हणायची, कोणी-कोणी म्हणायची, हे सर्व तुम्ही ठरवा. कारण आपलं तर ब्रीदवाक्य आहे –

'निर्णय घ्यायचा तो आपल्याला हवा म्हणून आणि आपल्याला पटेल तोच!'

चौथा आठवडा
'गुड बाय'

या प्रसंगी मस्तपैकी पार्टी होऊन जाऊ दे. तुमच्या आनंदात सहभागी होण्यासाठी तुमच्या जवळच्या कुटुंबीयांना आणि मित्र-मैत्रिणींना आवर्जून आमंत्रित करा. हा प्रसंग संस्मरणीय करा. मस्त मजा करा.

आज म्हणायचं आहे – 'Good Bye'.

कारण आज नकारात्मकतेचा निरोप घेण्यासाठी ही पार्टी आहे.

सगळ्या नकारात्मक आठवणी उचला आणि कायमच्या भिरकावून द्या केराच्या टोपलीत.

नकारात्मक लोकांसाठी कुठेही जागाच नाही. ते जमले की नकारात्मक वागतात आणि त्यापायी वातावरण दूषित होतं.

हानिकारक वागणूक आणि नकारात्मक स्वगत पूर्णपणे हद्दपार करा.

तुमच्या आयुष्यातून नकारात्मक शब्द अदृश्य व्हायलाच हवेत.

त्यांना निरोपाचा संदेश द्या –

तुम्हांला बाहेर काढणं माझ्या हातात आहे.

तुम्हांला कुणीही आमंत्रण दिलेलं नाही.

तुम्ही नाही ठरवू शकत माझं आयुष्य कसं हवं ते!

माझी ध्येयं प्राप्त करणं आणि जीवन मस्त जगणं यांपासून तुम्ही मला वंचित ठेवलं आहे, माझे मार्ग अडवले आहेत.

आता मात्र पुरे झाली तुमची लुडबुड!

मी तुम्हांला निरोप देत आहे.

इथून पुढे नाहीच सहन करणार मी तुम्हांला!

इथून पुढे माझ्याभोवती असेल ती फक्त सकारात्मकता.

तीच करेल मला मदत माझ्या ध्येयांपर्यंत पोहोचायला.

माझ्या आयुष्याचं नियंत्रण माझ्या हातात आहे.

माझ्या मार्गात मी आता कुणालाही आडवं येऊ देणार नाही.

●●●

समजून घेऊ...

'वेलकम पार्टी'

आज माझ्या आयुष्यातला इतका मस्त दिवस आहे, की त्याबद्दल तुम्हांला सांगायलाच हवं असं वाटत आहे. माझ्या पाच सगळ्यांत जवळच्या मित्र-मैत्रिणींचं स्वागत करण्यासाठी मी झकास पार्टी देणार आहे. तुम्हीसुद्धा त्या प्रसंगी उपस्थित राहून कार्यक्रमाची शोभा वाढवावी असं मला वाटत आहे. तुम्ही त्यांना भेटलात ना, की त्यांच्याशी मैत्रीच करा लगेच. तेच बरं होईल. माझी मित्रमंडळी तुमचीही मित्रमंडळी झाली तर त्याला माझी काहीही हरकत नाही.

त्यांनी मला पार्टीचं प्रयोजन विचारलं तेव्हा मी माझ्या भावना व्यक्त केल्या. मी म्हटलं, ''तुम्ही सगळे सदैव माझ्या आयुष्याचा एक अविभाज्य भाग झाल्यापासून मी माझं उद्दिष्ट साध्य केलं आहे. तुम्हां सगळ्यांचे मनःपूर्वक आभार मानते. कारण तुम्ही माझं जीवन सकारात्मक तरंगांनी (Positive Vibes) व्यापून टाकलं आहे.''

त्यांचं मत मात्र माझ्यापेक्षा वेगळं होतं.

ते म्हणाले, ''तुझी सकारात्मक ऊर्जा काही वेगळीच आहे. त्यामुळे आमच्यासमोर पर्यायच कुठे होता? आम्हांला तुझ्या जीवनात उपस्थित राहावंच लागलं.''

माझी ती पाच दोस्तमंडळी आहेत –

यश, आनंद, आशा, समानुभूती आणि समाधान.

मी त्या पाचही जणांची सदैव काळजी घेते.

स्वाध्याय

- तुम्हांला या पाच जणांशी ओळख करून घ्यायला आवडेल का?
- त्यासाठी तुम्ही काय प्रयत्न करणार आहात?

समजून घेऊ...

जगण्याचा उत्सव

इतकं मस्त आयुष्य मिळालं आहे, तर त्या आयुष्याचा उत्सव साजरा करू या. सुख-आनंदाच्या छोट्या क्षणांप्रति कृतज्ञ राहण्यातून आयुष्याचा उत्सव साजरा करणं गरजेचं आहे. प्रत्येक परिस्थितीत येनकेन प्रकारे आपल्याला मदत करणाऱ्यांचे नेहमी आभार माना. शक्य होईल त्या मार्गाने त्यांची आवर्जून दखल घ्या. साधं 'धन्यवाद' म्हणण्यातून आपण एखाद्याच्या दिवसाला सुरेख कलाटणी देऊ शकतो, हे लक्षात घ्या. गरजूंना मदत करा.

मिळवलेल्या यशाचा रास्त अभिमान वाटायलाच हवा. आपले आयुष्य उत्तम, सुखकर, सुंदर करणाऱ्या व्यक्तींचा आणि बाबींचा सन्मान करण्यातून आपलं आयुष्य अधिक संपन्न आणि अर्थपूर्ण होतं.

आपल्या आवडीनिवडी आणि परिस्थितीनुरूप आयुष्याचा उत्सव साजरा करण्याचे अनेक मार्ग आहेत. ज्या गोष्टींप्रति आपल्याला कृतज्ञता वाटते त्या सर्वांची आपण एक यादी करू शकतो. दर दिवशी काहीतरी विशेष आणि खास अशा कशाचंही आपण कौतुक करू शकतो. यासाठी आपण वेगवेगळ्या गोष्टी अनुसरू शकतो. कुटुंबीयांबरोबर वेळ घालवणं, निसर्गात फेरफटका मारणं, पुस्तक वाचणं, फोटो काढून आठवणी कॅमेराबद्ध करणं, मित्र-मैत्रिणीबरोबर किंवा कुटुंबांबरोबर नव्या परंपरा निर्माण करणं, सामाजिक कृतींमध्ये सहभागी होणं, समारंभांना हजेरी लावणं, समविचारी लोकांशी जोडून घेणं, आपल्या आवडत्या गोष्टीसाठी –स्वयंपाक, चित्रकला, प्रवास, नृत्य, वाचन इत्यादी – वेळ देणं, आपल्यासाठी

महत्त्वाच्या असणाऱ्या कार्याकरिता श्रमदान करणं, आर्थिक मदत करणं, एखादा छंद जोपासणं, नवीन कौशल्य विकसित करणं, ज्ञान मिळवण्यासाठी अभ्यासवर्गात जाणं. ही यादी हवी तितकी लांबवता येते.

भूतकाळातल्या घटनांचा आढावा घेत, यश साजरं करत आणि जीवनप्रवासाचं कौतुक करत आपण या प्रवासाचा आनंद घेऊ शकतो.

तुम्ही किती वर्षं जगलात हे महत्त्वाचं ठरत नाहीच, त्या वर्षांत तुम्ही कसं जगलात हे महत्त्वाचं असतं. आपल्या हातातील वेळ आपण सर्वोत्तम प्रकारे सत्कारणी लावत आहोत की नाही, हे महत्त्वाचं आहे. वेळ मर्यादित आणि आयुष्य अमूल्य आहे.

म्हणूनच जीवनातल्या प्रत्येक क्षणाचा भरभरून आस्वाद घेणं, अशा क्षणांचे जतन करणं, कृतज्ञ राहणं आणि छोटेमोठे आनंद साजरे करणं आवश्यक आहे. 'जगणं' हा सतत सुरू असलेला एक उत्सव आहे!

●●●

समजून घेऊ...

हसरं घर

सकाळी उठल्या-उठल्या आपण हसत उठलो तर...?

तर, काही नाही. दिवस कसा सुंदर वाटेल, खिन्नपणा पळून जाईल. आणि असं वाटेल, 'अरे! उगाचच बाऊ केला काही गोष्टींचा.' असं आपल्याला का वाटेल? कारण आपल्या मेंदूत आनंदी रसायन तयार झालं आहे.

विनोदामुळे निर्माण होणारं हास्य हे कितीतरी फायदेशीर असतं. आपल्या मेंदूत चार प्रकारची आनंदी रसायनं तयार होणं महत्त्वाचं असतं. ते काम हास्य चोखपणे करतं.

- तणाव आणि चिंता कमी होते.
- सर्जनशीलता वाढते आणि समस्या सोडवण्याचे कौशल्य सुधारते.
- अधिकाधिक लोकांशी जोडले जातो.
- मनोबल वाढवते, कार्यक्षमता वाढते.
- भावनिक बुद्धिमत्ता विकसित व्हायला मदत होते.
- शारीरिक आणि मानसिक स्वास्थ्य वाढवते.

असंख्य फायदे आहेत. यादी कितीची करणार?

विविध तंत्रांचा वापर करून विनोदनिर्मिती करता येते.

- विनोद, उपहास, विरोध यांच्या माध्यमातून एखाद्या प्रसंगातील मूर्खपणा हास्यास्पद करता येतो. प्रभावी विनोद निर्मितीसाठी या तंत्राचा संयमाने आणि विवेकबुद्धीने वापर करता येतो. तुमची विनोदबुद्धी चांगली असेल तर तुम्ही तुमच्या मित्र-मैत्रिणी आणि कुटुंबीयांमध्ये खूप लोकप्रिय होता. स्नेहसंमेलनामध्ये तुम्ही मुख्य आकर्षण असता.

- विनोदाची उत्पत्ती अनेकदा दैनंदिन प्रसंगांतील किंवा मानवी स्वभावातील विचित्र गोष्टींमध्ये असते. अशा प्रसंगांमुळे किंवा मानवी स्वभावातील विचित्रपणामुळे विनोदाला प्रेरणा मिळते.
- लेखन प्रभावी ठरण्यासाठी विनोद वापरणे हा प्रभावी मार्ग आहे. नेहमीचे शब्द एकत्र करून नवे आणि अनपेक्षित अर्थ तयार करता येतात. त्यातून विनोदनिर्मिती होऊ शकते.
- अतिशयोक्ती करून विनोदी परिस्थिती निर्माण करणे शक्य आहे. अनेकदा कॉमेडीमध्ये किंवा फार्समध्ये अतिशयोक्तीचा वापर केला जातो.
- विशिष्ट काळातील सांस्कृतिक संदर्भ किंवा समकालीन घटना यांचा वापर करून विनोदी लेखन करता येते. मात्र, या संदर्भांवर जास्त अवलंबून राहता येत नाही, कारण ते कालबाह्य होऊ शकतात.

स्वत:वर विनोद करणे हा विनोदाचा सर्वोत्तम प्रकार मानला जातो. आत्मविश्वास आणि नम्रता दर्शवण्यासाठी स्वत:चे अवमूल्यन करणारा विनोद हा एक उत्तम मार्ग आहे. यामुळे इतर लोक तुमच्याशी जोडले जाण्याची अधिक शक्यता असते. स्वत:वर हसण्याची क्षमता तुम्हांला अधिक लोकप्रिय बनवू शकते. एखाद्या मोहक आणि आत्मविश्वासपूर्ण व्यक्तिमत्त्वामध्ये हे वैशिष्ट्य नेहमीच आढळते. तथापि, आपण केलेले विनोद दर्जेदार रुचीचे आहेत आणि कोणाचेही मन दुखावणार नाहीत, याचे भान ठेवणे आवश्यक आहे. स्वत:चे अवमूल्यन करणारा विनोद नेहमीच संयतपणे वापरला पाहिजे, कारण त्याचा अति वापर तुम्हांला असुरक्षित बनवू शकतो.

या महिन्याचा मंत्र

हे वास्तुपुरुषा, तुझ्याकडे नित्य प्रार्थना करते.
या घरात राहणाऱ्या आम्हा सर्व कुटुंबीयांना आरोग्यसंपदा लाभू दे!
या घरात सतत प्रेम, आत्मीयता, प्रेरणा, समाधान यांनी युक्त वातावरण असू दे!
तुझ्या कृपेने घराच्या भिंती आणि छप्पर आमचे ऊन, पाऊस, थंडी, वारा यांपासून रक्षण करू दे!
आमच्यात सद्‌भावना वाढीस लागू दे!
आमच्या मनातून विकारवासना दूर पळू दे!

सर्वांना सद्‌बुद्धी लाभो हीच नित्य प्रार्थना!

महिना
७

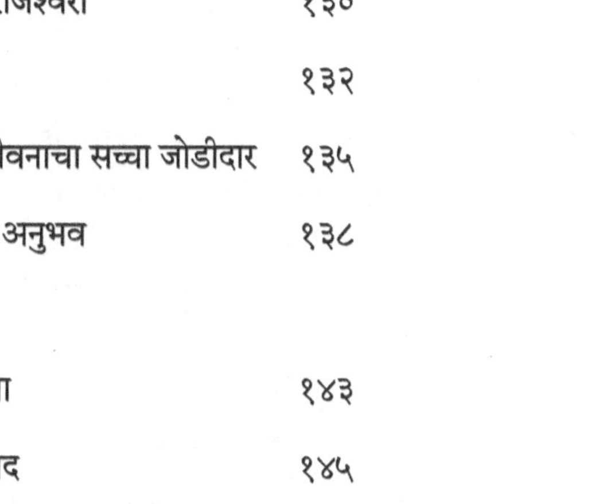

पहिला आठवडा
'मिरॅकल' राजेश्वरी

आत येतानाच तिने घोषित केलं, ''मी म्हणजे मिरॅकल!''

राजेश्वरीचं आगमन निव्वळ देखणं होतं. ती माझ्या ऑफीसमध्ये आली तेव्हा तिचा चेहरा झळकत होता. माझा विश्वासच बसत नव्हता... लाखात उठून दिसेल असं सौंदर्य, हालचालीतली सहजता, यशामुळे दुणावलेला विश्वास आणि खंबीर, तसंच निडर असण्यातून झळकणारा डौल! अहाहा! किती बदललं होतं तिचं रूप! अविश्वसनीय! जेमतेम काही महिन्यांत तिच्यात आमूलाग्र बदल झाला होता. तिच्यात एक अनोखा आत्मविश्वास आणि ऊर्जा जाणवत होती. खरोखरच प्रेरणादायी होतं ते!

''लोक म्हणतात की, मी मिरॅकल आहे. अगदी खरं सांगू? माझ्यासारख्या साध्यासुध्या मुलीबाबत असं आश्चर्य कसं घडून येऊ शकतं, हे मला समजतच नाहीये.''

''राजेश्वरी, तू साधीसुधी मुलगी नाहीसच. तू कोण आहेस ते ऐकायला आवडेल का तुला? मला काय म्हणायचं आहे, ते ऐकून घ्यायला आवडेल का तुला?''

''नक्कीच आवडेल.''

''एखादी व्यक्ती काय साध्य करू शकते असा विचार केला तर म्हणावं लागेल आकाशाहून असीम अशा शक्यता असतात. या जगात बदल घडवून आणण्याचं सामर्थ्य तुझ्यात आहे. हार मानून सोडून देणं तुझ्यासाठी अशक्य आहे. आपली स्वप्नं साध्य करायची असतील तर आवश्यक असलेले

कठोर परिश्रम करण्याची वृत्ती आणि यश मिळेपर्यंत प्रयत्न करत राहण्याची चिकाटी तुझ्यात आहे. सकारात्मक राहणं ही तुझी ताकद आहे. स्वतःच्या बुद्धीचा आणि कौशल्याचा उत्तम आणि सुरेख उपयोग तू करतेस. तू नेहमी एकाग्रचित्त असतेस, प्रेरित असतेस. मार्गात येणाऱ्या प्रत्येक अडथळ्याला तू तोंड देतेस आणि त्यावर मात करतेस. निग्रहाने आणि कणखर काटकपणाने तू जोखमी उचलतेस, भीतीला तोंड देते. स्वतःवर तुझा ठाम विश्वास असून कुणाच्याही बोलण्यापायी तू स्वतःबद्दल मनात किंतु-परंतु निर्माण करत नाहीस. तुझ्या अंतरंगातली ताकद वापरणं, तुझी स्वप्नं पूर्ण करणं हे केवळ आणि केवळ तुझ्या हातात आहे. स्वतःचा सच्चेपणा जपणं तुझ्या दृष्टीने सगळ्यांत महत्त्वाचं आहे. तू जर निडर राहत बेधडक वृत्ती अंगीकारलीस तर यश प्राप्त करणं आणि स्वतःच्या उच्चतम क्षमतेपर्यंत पोहोचणं यापासून तुम्हांला कुणीही थोपवू शकत नाही.''

''राजेश्वरी, तू एक चमत्कार आहेस – मिरॅकल आहेस!''

लक्षात ठेवावे असे शब्द, अंगी बाणवावे असे गुण

बेधडक, निडर, एकाग्रचित्त, प्रेरित, निग्रह, कणखर, काटकपणा, हार न मानणं, सकारात्मक राहणं, स्वतःवर ठाम विश्वास, स्वतःचा सच्चेपणा जपणं, अंतरंगातली ताकद वापरणं, स्वप्नं पाहणं आणि पूर्ण करणं.

स्वाध्याय

- तुमची बलस्थानं आणि कमकुवत स्थानं याबद्दल लिहा.
- वर दिलेल्या स्वभाववृत्तीच्या आणि गुणांच्या यादीसंदर्भात तुमचं स्वतःबद्दल काय मत आहे?

दुसरा आठवडा
मैत्रीची गोष्ट

बऱ्याच वर्षांनी पाच मित्र-मैत्रिणी एकत्र जमले होते. वयानुसार त्यांचा अहंकारही वाढला होता. एकमेकांना अभिवादन करून झाल्यावर एक म्हणाला, ''मीच सर्वोत्तम असल्याने तुम्हां सगळ्यांपेक्षा मी महत्त्वाचा आहे. माझ्यापर्यंत पोहोचता येत नसेल, तर लोक आशा गमावतात. अपयश मिळालं तर मी भेटत नाही आणि नैराश्य येतं. मी जोवर तुमच्या आयुष्यात आहे तोवर 'काय शक्य आहे' याचं तुम्हांला सदैव स्मरण होत राहील. मी म्हणजे 'सामर्थ्याचं द्योतक'. महान होण्यासाठी इतरांना प्रेरणा देणं हे माझं ध्येय आहे.''

'यश'च्या या बोलण्याने दुसरा मित्र मात्र दुःखी झाला, खरंतर त्याच्या नावातच फक्त 'आनंद' होता.

तो पटकन म्हणाला, ''छे, छे! काहीतरीच काय! चुकतंय तुझं. अनेक लोकांना मीच सर्वोत्तम वाटतो. मला प्राप्त करण्यासाठी जवळपास प्रत्येक जण प्रयत्न करतं; पण जेमतेम काहींना ते जमतं. यश ही माझी खूण असली तरी मी सर्वोत्तमाचा द्योतक आहे.''

आता तिसरी मैत्रीण बोलू लागली, ''प्रत्येकाच्याच आयुष्यातली पहिली व्यक्ती म्हणजे मी, त्यामुळे त्याबाबत तर मी काही बोलायलाच नको. मी नसेन तर आयुष्य निरर्थक होईल. मी सच्चा साथीदार आहे. प्रत्येकाला प्रत्येक क्षणी मीच आधार देते. मला गमावल्यावर लोक कदाचित जगणंच सोडून देतील. मीच आशा, मीच प्रेरणा, मीच धैर्य आहे. जगण्याची ताकद

मीच तर देते. हार मानू नये म्हणून मीच तर मागे उभी राहते. मी सदैव सोबत असेन हा भरवसा असतो सगळ्यांना.''

बोलणारी ही व्यक्ती म्हणजे दुसरं-तिसरं कुणी नसून 'आशा' होती.

इतका वेळ चौथा मित्र लक्षपूर्वक सारं ऐकत होता. तिघा मित्र-मैत्रिणींच्या गप्पा ऐकून तो जरा वैतागलाच. पुढे सरसावत तो म्हणाला, ''अरे ए, ऐका जरा! मला कसे विसरलात? आनंदापूर्वी माझं हजर राहणं गरजेचं असतं. मी नसेन तर आनंद कुठे अनुभवता येणार आहे म्हणा! तेव्हा, मला विसरू नका म्हटलं. मीसुद्धा या ग्रुपचा एक भाग आहे. खरंतर, अगदी महत्त्वाचा भाग आहे मी. सगळ्यांच्या चेहऱ्यावर रंग झळकतो, तुम्हांला समाधान लाभतं, ते माझ्याचमुळे! समजलं का? तुमच्या मनाला व्यापून टाकणारी सौख्यभावना म्हणजे मीच. तेव्हा मला विसरू नका. मी या समूहाचा महत्त्वाचा घटक आहे.''

या मित्राचं नाव 'समाधान' याशिवाय दुसरं असूच शकणार नव्हतं.

आता उरला पाचवा मित्र. तो सगळ्या मित्रांत हुशार आणि सर्वांत प्रभावी होता. तो त्याच्या मनात काय होतं ते सांगू लागला, ''समूहातल्या सगळ्यांना आनंदी आणि समाधानी ठेवायचं असेल, तर आवर्जून एकमेकांप्रति समानुभूती दाखवणं गरजेचं असून त्यासाठी माझी उपस्थिती ही हवीच. प्रत्येकाचा दृष्टिकोन समजून घेता यायला हवा, प्रत्येकाच्या भावनांची कदर करता यायला हवी. इतकंच नव्हे; तर प्रत्येक जण करत असलेल्या प्रयत्नांची दखल घ्यायला हवी, दयाळूपणा दाखवायला हवा. असं केलं तर परस्पर आदरभाव वाढेल, एकमेकांना समजून घेता येईल.''

हा विचार सगळ्यांनाच पटला.

''प्रिय समानुभूती, आपण सगळेच लोकांच्या जीवनात महत्त्वाची भूमिका बजावतोय खरं; पण तू आम्हां सगळ्यांत उजवी आहेस, कौतुकास्पद आहेस. इथून पुढे, अर्थपूर्ण जीवन जगण्याचं ध्येय बाळगणाऱ्या प्रत्येकासाठी एकत्र काम करायचं वचन आम्ही देतो.''

त्यांचं ते बोलणं ऐकून समानुभूतीला आनंद झाला.

ती म्हणाली, ''प्रिय मित्र-मैत्रिणींनो, जे आशा बाळगतात, यश प्राप्त करण्यासाठी कठोर श्रम करतात, समाधानात जीवन व्यतीत करतात आणि आनंदाच्या मार्गावर चालतात त्यांच्याशी आपण दोस्ती करू या. त्यांना

कधीच एकटं सोडायचं नाही. अधिक चांगल्या आयुष्याच्या त्यांच्या शोधात आपला आधार असेलच ही खात्री त्यांना मिळू द्या. आपण एकत्र आलो तर त्यांचं भविष्य अधिक उज्ज्वल होण्याच्या दृष्टीने काम करू शकू.''

हे पाच मित्र म्हणजे, यश (Success), आनंद (Happiness), समाधान (Satisfaction), आशा (Hope), समानभूती (Empathy).

स्वाध्याय

- ईश्वराने दिलेली भेटवस्तू (चौथा महिना, 'आयुष्याची रेसिपी') बदलायची तुमची इच्छा आहे का?
- माझ्या पाच मित्र-मैत्रिणींशी (सहावा महिना, 'वेलकम पार्टी') तुम्हांला दोस्ती करायची आहे का?

●●●

तिसरा आठवडा
आपल्या जीवनाचा सच्चा जोडीदार

स्वत:वर विश्वास ठेवा आणि आशेला खतपाणी घाला.
तिला अंकुरू दे, फुलू दे, वाढू दे!

आशा हे आपल्या जीवनाचं सार आहे. आशेची जाणीव आपल्याला पुढे जात राहण्यासाठी आणि अधिक चांगल्या भविष्यासाठी काम करत राहण्यासाठी प्रेरित ठेवते. 'सारं काही शक्य आहे' याची आठवण करून देत आपल्याला सतत प्रोत्साहन देते. कठीण काळात टिकून राहत प्रयत्न करत राहण्याकरिता आपण तिच्यावरच अवलंबून असतो. आशा आपल्या स्वप्नांना आणि उद्दिष्टांना प्रेरित करते. भविष्यात काहीतरी चांगलं घडून येईल, अशी अपेक्षा आणि विश्वास आपल्याला वाटत राहतो, तो तिच्याच जोरावर. प्रतिकूल परिस्थितीत आशा आपल्याला ताकद आणि सकारात्मकता देते. कितीही विपरीत परिस्थिती उद्‌भवली तरी आव्हानांवर मात करत, उद्दिष्ट साध्य करण्यासाठी आशा लोकांना प्रेरित करू शकते. जे तणावाखाली असतात, ज्यांच्या मनात अनिश्चितता असते, त्यांनाही ती सकारात्मकता देते, निश्चिंत करते. आपलं मानसिक आरोग्य आणि एकंदरीत दृष्टिकोन यांवर आशेचा लक्षणीय प्रभाव पडतो.

एका कवितेच्या ओळी आहेत – *बीज अंकुरे अंकुरे, ओल्या मातीच्या कुशीत, कसे रुजावे बियाणे माळरानी खडकात?* एखाद्या बीजाचं संगोपन करण्यासाठी त्याला पाणी, आसरा, मायेची पाखर हवीच; केवळ आशादायी असणं पुरेसं नाही. आशा प्रत्यक्षात उतरवायची असेल तर दृढनिश्चय हवा, कृती करायला हवी. जोवर आपण प्रयत्न करणार नाही तोवर हे कसं घडून येईल? चिकाटी आणि जिद्द, कणखरपणा आणि

काटकपणा; शिवाय, पुरेसा लवचीकपणा या सगळ्यांची सांगड घालत स्वप्नं साध्य करता येऊ शकतील.

हे प्राप्त करण्याचं ध्येय, तसेच मार्गातल्या प्रत्येक पावलासाठी निश्चित आणि मोजतायेण्याजोगे ध्येय नक्की करा. काय साध्य करण्याची आशा आहे, हे ओळखा.

- आपल्या ध्येयाची विभागणी लहान, करता येण्याजोग्या कृतीत करा. स्वप्नपूर्ती करण्यासाठी नेमकं काय करायला हवं, याची काळजीपूर्वक आखणी करा.
- सर्वांत महत्त्वाची बाब कोणती, हे लक्षात घेत तिला अग्रक्रम द्या. ठरलेले उद्दिष्ट साध्य करण्यासाठी आपल्या ध्येयमार्गावर नियोजनपूर्वक चालत राहा. प्रत्येक टप्प्याला लागणारा कालावधी ठरवून घ्या. वेळापत्रक आखा.
- मदत आणि मार्गदर्शन मागायला घाबरू नका. तुमची ध्येयं साध्य करण्यासाठी मदत करू शकणारे स्नेही, मित्र-मैत्रिणी, कुटुंबीय, तज्ज्ञ सल्लागार यांच्याकडून मार्गदर्शन आणि साहाय्य घ्या.
- आपली योजना प्रत्यक्षात उतरवत सातत्याने कृती करत राहा. कालांतराने तुमच्या लक्षात येईल की, प्रत्येक लहान पावलाने मोठा फरक पडला आहे.
- आपल्या उद्दिष्टांप्रति बांधिलकी जपणं गरजेचं आहे. छोट्या-छोट्या यशाचा आनंद साजरा करा. आपल्या स्वप्नांमागील प्रेरणेचं स्वतःला वरचेवर स्मरण करून देत राहा.
- आव्हानं येणारच, कधी माघार घ्यावी लागणारच, हे लक्षात ठेवा. अशा वेळेस नाउमेद होण्याऐवजी त्यांच्याकडे संधी म्हणून पाहा, त्यातून धडा घ्या, स्वतःचा विकास करून घ्या. क्रियाशील राहा आणि गरज पडल्यास आपल्या नियोजनात सुधारणा करण्याची तयारी दाखवा.
- सकारात्मक मनोवृत्ती बाळगा आणि ती टिकवून ठेवा. स्वतःकडे लक्ष द्या. स्वतःशी मायेने वागा. आपल्या मानसिक आणि शारीरिक स्वास्थ्याला प्राधान्य द्या आणि स्वतःला सकारात्मकतेने वेढा.
- आपल्या प्रगतीकडे लक्ष ठेवा, यश मिळालं की– मग ते कितीही का लहान असेना– ते साजरं करा. ध्येयमार्गावर जी प्रगती होत आहे तिचा आनंद साजरा करा. तुम्ही जे काही थोडंफार अंतर पार केलं

असेल ते तुमच्या प्रेरणेसाठी स्त्रोत म्हणून काम करू द्या आणि पुढे-पुढे जात राहा.

वरचेवर आपल्या प्रगतीचा आढावा घ्या. कशाचा उपयोग होत आहे, कशाचा नाही, हे लक्षात घ्या.

- ध्येय गाठणं अशक्य वाटत असलं तर सांगोपांग पुनर्विचार करून ध्येय बदला.
- मार्ग चुकीचा वाटत असेल तर तोही बदला.
- लक्षात आलं की, बघितलेली स्वप्नं या खरंतर भ्रामक कल्पना होत्या, तर ते स्वीकारून नवी स्वप्नं पाहा.
- नवीन कौशल्यं शिकायची गरज भासली तर ती शिका. जे जे काही शक्य असेल ते ते सर्व जीव तोडून करा.

यश प्राप्त करण्याची शक्यता वाढण्यासाठी या बदलांचा आधार घ्या आणि मग 'आशा'पूर्ती झालीच म्हणून समजा.

आशेचा दिवा पेटवू या!
श्रद्धेचा स्वीकार करू या!
आणखी एक नवीन वळण घेत
नव्या मार्गाला लागू या!

●●●

चौथा आठवडा
निरागसतेचा अनुभव

लहान मुलांविषयी साने गुरुजी म्हणायचे, 'मुलं म्हणजे देवाघरची फुलं' – आनंदी, गोंडस आणि निरागस!

आता आपण मोठे झालेलो असलो तरीही आपल्यात एक लहान मूल अजूनही दडलेलं आहे, त्याला विसरू नका. त्या निरागस लहान मुलाला वेळोवेळी जागं करा. कारण आयुष्यातल्या निरागसतेचा अनुभव घेता येणं हा एक उत्कृष्ट गुण आहे.

- कोणीतरी आपल्याला दुखवलंय.
  हरकत नाही, आपण त्यांना माफ करू या.
- कोणीतरी आपल्या तोंडावर गोड बोलत आहे.
  No problem! आपण ते तेवढ्यापुरतं खरं मानून स्वीकारू या.
- कोणीतरी आपल्याला एक छान 'रेड रोज' दिलं आहे.
  आपण आनंदाने त्याचं कौतुक करू या. जणू काही आयुष्यात आपल्याला प्रथम कोणीतरी काहीतरी दिलं आहे.

गॉसिप म्हणजे काय? मनातल्या मनातही गॉसिप नाही.

- माझा मित्र आज माझ्याशी नीट बोलला नाही, वागला नाही.
  अहो, कसं बोलणार! दमला असेल, किती काम करतो तो!
- त्याने मदत नाही केली मला!
  ठीक आहे ना! असेल अडचण काहीतरी. आत्तापर्यंत खूप केली आहे.

- भूतकाळातल्या वाईट आठवणी?
  नाही आठवत, विसरलो आहोत बहुतेक! आणि बरंच झालं विसरलो ते, ज्याचा आपल्या आयुष्यात काही उपयोग नाही त्या विसरायलाच हव्यात.

असा असेल आपला स्व-संवाद तर चिडचिड कधीही होणार नाही. म्हणजे बघा... दिवसभरात ठरवून टाकायचं... आम्हांला नाही बुवा छक्केपंजे कळत, दुसऱ्यांच्या मनात काय चाललंय हे आम्हांला कळणं केवळ अशक्य! म्हणून जे कोणी काही म्हणतील ते आम्ही खरं मानणार!

हे शक्य आहे? आहे की, कारण आपण घ्यायचा आहे निरागसतेचा अनुभव. खरं सांगते, आयुष्य एकदम सुखकर होतं. कारण आपण आपले आपल्याच खुशीत! दुसरे कसेही वागले तरी आम्ही अजिबात राग, दु:ख, मत्सर होऊ देणार नाही. आणि मग अलगद आनंद येऊन बसेल आपल्या पुढ्यात!

आयुष्यात आनंदाच्या मार्गावरून चालायचं असेल तर हा उपाय एकदम मस्त!

निरागसता हा एक ताजा टवटवीत दृष्टिकोन, तो स्वीकारला की कुठल्याही चिंता अथवा भीतीशिवाय आपण जगू शकतो. जोखणं किंवा अपेक्षा यांची भीती न बाळगता नवनव्या गोष्टी करून पाहणं, नवा शोध घेणं.

- निरागसता ही मनाची अशी अवस्था आहे, जिथे आपण पूर्वग्रह किंवा कोणालाही जोखणं या दोन्हींतून मुक्त असतो. भूतकाळाच्या ओझ्यापासून मुक्त झाल्यामुळे वर्तमान क्षणाचा अनुभव घेताना आपल्याला त्याच्याशी अधिक चांगल्या पद्धतीने जोडलं गेल्यासारखं वाटतं. या बंधातून आंतरिक शांती-समाधानाची जाणीव वाट्याला येते.
- आयुष्यात निरागसता अनुभवण्याच्या या प्रवासात आपला साधेपणा, शुद्धता आणि बालकासारखे (लहान मुलासारखे) गुण यांचा पुन्हा शोध घेत त्यांचा स्वीकार करायचा आहे. कमकुवतपणा आणि प्रांजळपणा यांच्या दिशेने आपल्या प्रवासाची सुरुवात होईल, ती अहंकाराची जपणूक करणारा बचावात्मक पवित्रा सोडून देण्याने!

- आपल्यावर काही टीकाटिपणी झाली, तर ती मोकळ्या मनाने ऐकून घेण्याची आपली तयारी हवी. आपण चुका केल्या आहेत

आणि त्या सुधारण्याची संधी आपल्याला यातून मिळते, हे तथ्य आपल्याला स्वीकारता यायला हवं.

- मानवी आयुष्यातील स्खलनशीलतेचा प्रांजळपणे स्वीकार केल्यास आणि त्यावर मात करण्याची वृत्ती स्वीकारल्यास परस्पर विश्वासार्हता वाढीला लागून 'आपण याचा एक भाग आहोत' अशा आपलेपणाच्या भावनेचं संगोपन होऊ शकतं.
- इतरांशी अर्थपूर्ण नाती घडवणं आणि त्यायोगे जीवनातल्या साध्या-साध्या सुखांचा आनंद घेणं आपल्याला शक्य होईल.
- आपल्या सुरक्षाक्षेत्राबाहेर (Comfort Zone) पाऊल ठेवत आपल्या विकासाला साहाय्यभूत ठरतील अशा नव्या संधींचा धांडोळा घेणं आपल्याला शक्य होईल.

ज्या निरागसतेचा अनुभव आपण घेऊ त्यातून आपल्याला सौंदर्याचं आणि भोवतालच्या आश्चर्याचं कौतुक करता येईल, स्वतःच्या खऱ्या क्षमतांचा अंगीकार करता येईल. निरागसता अनुभवली की गोष्टी सोप्या होतात.

निरागसतेची गुणवैशिष्ट्ये

निरागसतेची वैशिष्ट्ये संदर्भानुसार वेगवेगळी असू शकतात; तरी काही साधारण वैशिष्ट्यं अशी –

- शुद्ध मनाने आणि भाबडेपणाने विचार आणि कृती घडते.
- इतरांना दुखावण्याचा किंवा इजा करण्याचा कुठलाही हेतू मनात नसतो.
- मनमोकळेपणा आणि विश्वासार्हता असते.
- सहजता आणि साधेपणा असतो.
- आनंदाची आणि मजेची भावना जाणवते.
- सचोटी आणि प्रामाणिकपणा असतो.
- कुठलाही आकस, पूर्वग्रह नसतो, जोखणं नसतं.
- भावनिक संवेदनशीलता आणि कोमलता असते.
- शिकण्याची आणि शोध घेण्याची दुर्दम्य इच्छा असते.
- निरागसता म्हणजे, मोकळ्या मनाने जगणं आणि अनुभवांचा स्वीकार करणं. त्याचा सराव केल्याने आंतरिक शांती आणि समाधानाची जाणीव होते.

पुढील काही गोष्टी आयुष्यात निरागसतेची जाणीव निर्माण करण्यासाठी साहाय्यक ठरतात :

- ज्या क्षणी जे करत असाल त्यात स्वतःला पूर्ण झोकून द्या. एखाद्या अनुभवाची काळजी करत राहण्याऐवजी तो अनुभव सहजपणे घ्या.
- उत्सुकता, मोकळेपणा आणि नवशिक्याची वृत्ती स्वीकारा. प्रत्येक अनुभवातून शिका आणि नवा दृष्टिकोन अंगीकारा.
- निसर्गसान्निध्यात राहा; वेळ घालवा, सभोवतालचं सौंदर्य निरखा. एखाद्या लहान मुलाला ज्याप्रमाणे निसर्गाचं कुतूहल वाटेल तसं ते तुम्हांलाही वाटू द्या.
- स्क्रीन आणि डिजिटल जगाच्या अडथळ्यातून थोडे बाहेर पडा. मानवी स्नेहबंध, सर्जनशीलता आणि कल्पनाशक्ती यांना वाव देणाऱ्या गोष्टींमध्ये सहभागी व्हा.
- खेळ, कला, संगीत किंवा इतर सर्जनशील कृतींमध्ये रमण्याची स्वतःला परवानगी द्या. ज्या गोष्टी तुम्हांला आनंद आणि उत्साह देतात, त्या आवर्जून करा.
- उत्स्फूर्ततेला घाबरू नका. अनपेक्षित आणि उत्स्फूर्त बाबी स्वीकारायला घाबरू नका. काटेकोर नियोजन आणि दिनचर्येतून थोडी सुट्टी घ्या आणि फारसा विचार न करता नवीन अनुभव घेण्याची परवानगी स्वतःला द्या.
- सकारात्मक दृष्टिकोन जोपासण्यासाठी कृतज्ञता, दयाळूपणा आणि क्षमाशीलता यांचा सराव करा. स्वतःमध्ये आणि इतरांमध्ये चांगलं काय आहे ते पाहा; परिस्थितीकडे सकारात्मकतेने पाहा.
- बॉडी मसाज / आयुर्वेदिक मसाज / अभ्यंगस्नान, टब बाथ, वाचन, फिरायला जाणं किंवा आवडीच्या छंदात रमणं अशा गोष्टींच्या माध्यमातून स्वतःच्या स्वास्थ्याला प्राधान्य द्या.
- सकारात्मकता, निरागसता आणि लहान बालकाला वाटणारं कुतूहल स्वभावात असणाऱ्या व्यक्तींसोबत वेळ घालवा.
- भूतकाळातील अनुभवांमुळे तुम्ही काही कडवटपणा, तिरस्कार किंवा असूया मनात धरून ठेवली असेल तर सोडून द्या. तुम्ही क्षमा करता आणि नकारात्मकता सोडून देता, तेव्हा नव्या दृष्टिकोनातून जीवनाकडे पाहणं तुम्हांला शक्य होतं.

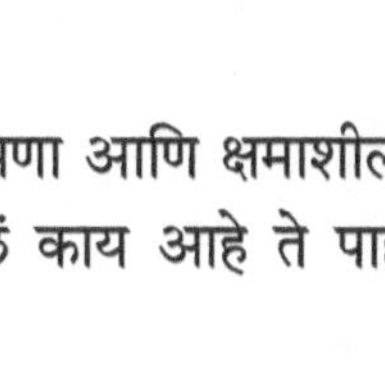

- इतरांना मदत करणं आणि सहज दयाळूपणाने वागणं यातून अतोनात आनंद-समाधान लाभू शकतं. इतर व्यक्तींच्या जीवनात सकारात्मक बदल घडवून आणणाऱ्या संधी हातच्या गमावू नका.

लक्षात ठेवा, निरागसता म्हणजे भाबडेपणा किंवा अज्ञान नाही; तर नवल, कुतूहल आणि शुद्धतेच्या स्वतःच्या नैसर्गिक अवस्थेशी जोडून घेणं आहे. निरागसता अनुभवणं ही एक सातत्यपूर्ण प्रक्रिया आहे.

स्वाध्याय

- तुमच्याकडून अलीकडेच घडलेल्या एखाद्या निरागस कृत्याची नोंद करा.
- तुम्ही पाहिलेल्या एखाद्या निरागस व्यक्तीविषयी लिहा.
- निरागसतेला साहाय्यक ठरणाऱ्या कृतींपैकी किमान एक कृती दररोज करा.

●●●

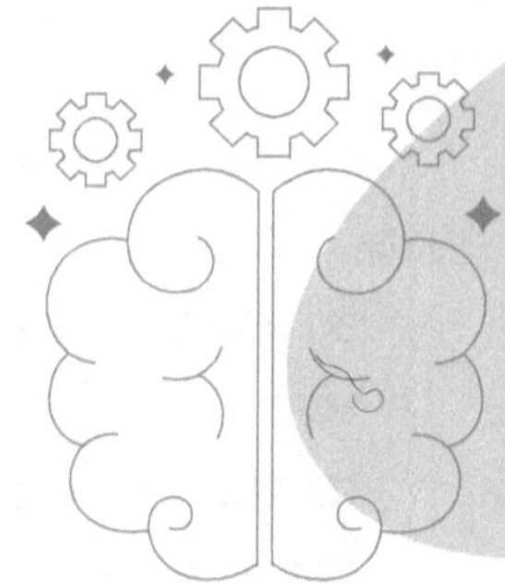

समजून घेऊ...

खिडकीतला कवडसा

खिडकी सूर्यप्रकाशाने भरलेली असते, तेव्हा ती किती सुंदर दिसते. आपण ते दृश्य पाहतो तेव्हा आनंदाने आणि उल्हासाने आपलं मन भरून जातं. मन हे एका खिडकीसारखं आहे, ज्यातून आपण जग पाहतो.

तर मग, आपण आपलं मन सूर्यप्रकाशाने का भरत नाही? आपण आपल्या मनाच्या खिडक्या उघडल्या की जीवनाच्या सौंदर्याचा अजून आनंद घेऊ शकू.

चला तर मग मित्रांनो,
खुल्या हातांनी सूर्यप्रकाशाला आलिंगन देऊ या.
मनाच्या खिडक्या उघडून सूर्यप्रकाश आत येऊ द्या,
आपलं आयुष्य त्याने उजळू द्या.
मोकळ्या हातांनी सूर्यप्रकाश कवेत घ्या.
त्यामुळे आपलं आयुष्य नक्कीच अधिक संपन्न होईल,
चित्तवृत्ती प्रसन्न होतील.
या सुंदर भेटीचं कौतुक करा, तिची मजा अनुभवा.
खोल श्वास घ्या आणि सूर्याची ऊब अनुभवा.
थोडी सुट्टी घेऊन निसर्गसौंदर्य अनुभवा.
आयुष्य म्हणजे सुरेख आशीर्वाद आहे; त्याचा मनमुराद आनंद घ्या.

आपल्या आयुष्यात सूर्यप्रकाश आणणं म्हणजे सकारात्मक मनोवृत्ती जोपासणं आणि आपल्याला मस्त वाटेल अशा कृतीत रमणं.

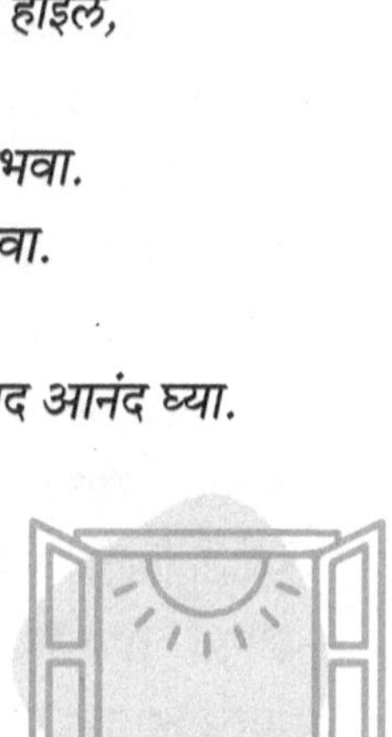

आपल्या जगण्यात सकारात्मकतेचा प्रकाश पसरवण्यासाठी पुढील कृती नक्की करा :

- आपल्याला मिळालेल्या आशीर्वचनाबद्दल कृतज्ञता व्यक्त करण्यासाठी रोज थोडा वेळ द्या. वाट्याला येणाऱ्या छोट्या आनंदकणांचं कौतुक करा. सकारात्मक घटकांवर लक्ष केंद्रित करा.
- प्रेमाची ऊब आणि आनंद प्रसारित करणाऱ्या लोकांमध्ये राहा. तुमच्यात जे सर्वोत्तम आहे ते बाहेर काढायला मदत करणारी मैत्री आणि नाती शोधा.
- तुम्हांला आनंद देणाऱ्या कृती शोधा आणि त्या नियमितपणे करण्यासाठी वेळ काढा. हे छंद, सर्जनशील कृती, शारीरिक कृती किंवा तुम्हांला आनंद देणारी इतर कुठली गोष्ट असू शकते.
- तुम्ही निसर्गात वेळ घालवला तर तुम्हांला तिथे शांती आणि सुख अनुभवायला मिळेल. बागेत फिरायला जाणं, गिर्यारोहण करणं किंवा निसर्गसौंदर्य नुसतं अनुभवणं यातून आनंद घ्या.
- कुठल्याही परिस्थितीकडे सकारात्मकतेने पाहण्याची सवय लावून घ्या. आशावादी दृष्टिकोन जोपासा.
- सहज कुणाला मदत करणं, संवेदनशीलतेने कृती करणं यातून समाधान मिळतं. इतरांच्या जीवनावर सकारात्मक प्रभाव टाकणाऱ्या गोष्टी आवर्जून करा.
- स्वतःची काळजी अवश्य घ्या. तुमचं शारीरिक, मानसिक आणि भावनिक स्वास्थ्य जपलं जाईल अशा स्व-काळजी घेणाऱ्या बाबींना अग्रक्रम द्या. व्यायाम, योग्य आहार, विश्रांती आणि 'सुशेगाद' / निवांत असणं या गोष्टी अनुभवयालाच हव्यात अशा आहेत.
- आयुष्यात विनोद - गंमत - मजा शोधा... हसा. कोण काय म्हणेल याची फारशी काळजी न करता मजा करा. सतत गंभीर राहू नका.
- नकारात्मकतेतून सुटका करून घ्या. तुमच्या आयुष्यात कोणती गोष्ट नकारात्मक आहे ते ओळखा आणि तिची हकालपट्टी करा. नकारात्मक विचार, दूषित नातेसंबंध, किंवा त्रस्त करणाऱ्या परिस्थिती सोडून द्या.
- नैसर्गिक सूर्यप्रकाशात थोडा वेळ राहून सूर्यप्रकाश अनुभवा. सूर्यप्रकाशामुळे सेरोटोनीन हे चित्तवृत्ती प्रसन्न करणारं आणि सकारात्मकता वाढवणारं संप्रेरक स्त्रवू लागतं. प्रिय मित्र-मैत्रिणींनो, एका नव्या मार्गावरून चालायला सुरुवात करा; तुमचं आयुष्य एक सुरेख वळण घेईल.

●●●

समजून घेऊ...

आशावाद-निराशावाद

आशा-निराशेचा हा खेळ अजब आहे. तो कोणाही माणसाला चुकलेला नाही. मनासारखं झालं की आशा अवतरते; आणि जरा काही मनाविरुद्ध झालं की निराशा आपला ताबा घेते. आपल्या सगळ्यांनाच माहीत आहे, की आशा ही आपल्याला जिवंत ठेवते. तर मग, बघू या हे अजब प्रकरण काय आहे...! या आशेला जास्तीत जास्त कवटाळू या.

आशावाद

आशावादाविषयी पुष्कळ गैरसमज आहेत. ते दूर करणे गरजेचे आहे.

पहिला गैरसमज म्हणजे, 'आशावाद (Optimistic) म्हणजे आयुष्यातल्या सगळ्या गोष्टी आपल्या मनाप्रमाणे होतील असं गृहीत धरणं.' हे चुकीचं आहे. स्वतः प्रयत्न न करताही 'होईल सगळं छान!' असा आशावादाचा अर्थ मुळीच नाही.

दुसरा गैरसमज म्हणजे, 'असेल माझा हरी तर देईल खाटल्यावरी' ही विचारसरणी म्हणजे आशावाद. हाही विचार चुकीचा आहे. खरंतर आशावादी व्यक्ती आपल्या क्षमतेनुसार पूर्ण प्रयत्न करते. किंबहुना, काही वेळा आपल्या क्षमता वाढवण्यासाठी प्रयत्न करते आणि मग आपल्याला 'हरी' यश देईल असा विश्वास बाळगते. अशी व्यक्ती परीक्षेची पूर्ण तयारी करते, आजारी पडल्यास औषधं घेते, जोडीदाराशी संघर्ष झाल्यास तो मिटवण्याचा पूर्ण प्रयत्न करते. इतकं सगळं केल्यावर 'यश मिळेलच' हा विश्वास त्या व्यक्तीला वाटला, तर त्यात नवल ते काय!

आशावादी माणसे वर्तमानकाळाकडे कसे पाहतात?

आयुष्याच्या गोळाबेरजेकडे (सुख-दुःख दोन्ही) आशावादी माणसे सकारात्मकतेने बघतात. आपलं आयुष्य चांगलं गेलंय, जातंय, आणि जात राहील; त्याचप्रमाणे सर्वसाधारणपणे माणसं चांगली असतात, विश्वासार्ह असतात, असं यांना वाटतं.

पाण्याने 'अर्धा ग्लास भरलेला आहे' आणि 'अर्धा रिकामा आहे' याकडे बघताना ही मंडळी 'अर्धा भरलेला आहे' या गटातली असतात. आणि पुढे जाऊन अर्धा रिकामा असलेला ग्लास भरण्यासाठी यांचा प्रयत्न सुरूच राहतो.

आशावादी दृष्टिकोन असणारी माणसं भविष्यकाळाकडे कशी पाहतात?

अशी माणसं वास्तव सोडत नाहीत.

नशीब नेहमीच त्यांच्या बाजूने असेल असं नाही, याची त्यांना जाणीव असते. आपण करत असलेल्या कामाचं फळ शंभर टक्के आपल्या हातात नाही, यश हे यादृच्छिक (Random) घटनांसह इतरही घटकांवर अवलंबून आहे, याची त्यांना जाण असते. यशासाठी प्रयत्न गरजेचे आहेत; पण प्रयत्नांच्या पलीकडे काही गोष्टींवर यश अवलंबून असतं, हे सत्य ते स्वीकारतात.

तरीही, आपण प्रयत्नाने यश मिळवू, असा विश्वास आणि श्रद्धा ते ठेवतात. त्याबद्दल त्यांच्या मनात कुठलाही संदेह नसतो.

यश मिळालं तर पुढच्या आयुष्यातही आशावाद टिकवून ठेवतात आणि अपयश मिळालं तरीही, 'ठीक आहे. काहीतरी गडबड झालेली दिसतेय. कदाचित आपले प्रयत्न कमी पडले असतील किंवा योग्य दिशेने झाले नसतील' असं म्हणतात. अपयशाला 'तात्पुरता अडथळा' मानतात. स्वतःच्या कर्तबगारीबद्दल साशंक होत नाहीत. अपयश का आलं याचं योग्य विश्लेषण करून स्वतःमध्ये त्यानुसार अनुरूप बदल घडवून आणतात. नशीब या वेळी आपल्या बाजूने नाही; पण म्हणजे, पुढे कधीच नसेल असं नाही, असा विचार ही मंडळी करतात आणि परत सकारात्मक विचार करून जोमाने कामाला लागतात.

याचबरोबर यश मिळालं नाही, तरी त्या अपयशातून आपण काय शिकलो, त्यातून बाहेर कसं पडता येईल, काय चांगलं घडवता येईल, याचा ते विचार करतात. त्यातून आपल्याला थोडाफार तरी फायदा कसा झाला आहे, हे शोधतात. थोडक्यात, काळ्या ढगाला असलेली सोनेरी किनार ते शोधतात.

निराशावादी माणसे घडणाऱ्या घटनांकडे कशी बघतात?

निराशावादी (Pessimistic) माणसे आशावादी माणसांच्या अगदी उलट विचार आणि कृती करतात.

आपण अयशस्वी होऊ, असा विचार सतत बाळगतात.

अपयश आल्यावर स्वतःला अथवा नशिबाला दूषण देत पुन्हा प्रयत्न करत नाहीत.

अपयशामुळे ही मंडळी खचून जाऊन निराशावादाच्या दिशेने अधिक जोमाने कूच करतात.

माणसं निराशावादी विचार का करतात?

सकारात्मक आशावादी विचार आणि स्व-संवादाचे एवढे फायदे आहेत; तर मग, अनेक जण विरुद्ध प्रकारचा अहितकारक विचार करतातच का?

आपण पाहिलंच आहे की, बहुतेक माणसं जाणीवपूर्वक विचार करत नाहीत; तर ते त्यांच्या 'मिड-ब्रेन प्रोग्रामिंग'मुसार, स्वयंप्रवृत्तीनुसार अनियंत्रित विचार करतात. आता असे अनियंत्रित विचार कोणत्या प्रकारचे असतील हे दोन गोष्टींवर अवलंबून असतं : Nature and Nurture

१. आपण सकारात्मक की नकारात्मक प्रवृत्तीचे असणार आहोत, हे आपली जनुकं (genes) ठरवतात. त्या जनुकांना अनुसरून आपण एक विशिष्ट व्यक्तिमत्त्व घेऊनच जन्माला येतो. आपला मिड-ब्रेन अशा प्रकारे प्रोग्रामिंग घेऊनच जन्माला येतो.

२. आपल्या आजूबाजूचं वातावरण कसं आहे? आपली जडणघडण कशी झाली आहे? आपले आईवडील कसे आहेत (सकारात्मक की नकारात्मक)? आपले कुटुंबीय, मित्र-मैत्रिणी कसे आहेत? आपण कुठली पुस्तक वाचतो? : अशा अनेक बाबींमुळे आपण सकारात्मक किंवा नकारात्मक वृत्तीचे होतो.

आता सुदैवाने तुमची जन्मजात वृत्ती सकारात्मक असेल अथवा तुमच्या आजूबाजूच्या वातावरणामुळे तुमचं संगोपन तसं झालं असेल तर मग प्रश्नच नाही. तुम्ही सुदैवी आहात! या निसर्गदत्त देणगीचा पुरेपूर वापर करून तुम्ही आपले जीवन सुख-समृद्धीचे करू शकाल. परंतु अशी जन्मजात सकारात्मक वृत्ती लाभलेले लोक त्यामानाने कमी असतात. सहजपणे नकारात्मक विचारांकडे झुकणाऱ्या व्यक्ती जास्त प्रमाणात आढळतात.

साधारणपणे अनियंत्रित स्वाभाविक विचार नकारात्मक का असतात?

याचं उत्तर मानवाच्या उत्क्रांतिप्रक्रियेमध्ये मिळतं.

माणूस सुमारे २० लाख वर्षांपूर्वी निर्माण झाला. तेव्हापासून ते ५० हजार वर्षांपूर्वीपर्यंत, आपल्या मिड-ब्रेन प्रोग्रामिंगमध्ये आपल्या जगण्यासाठी आणि प्रजोत्पादनासाठी उपयुक्त असे बदल होत गेले.

उत्क्रांतीच्या प्रक्रियेत श्वापदांपासून होणाऱ्या शारीरिक अपायांपासून स्वत:चा बचाव करून सुरक्षित राहणं आणि प्रजोत्पादन करणं, यासाठी अनुरूप आणि उपयुक्त असे बदलच स्वीकारले गेले.

फार पूर्वी, म्हणजे मानवजात अस्तित्वात आली तेव्हा टिकून राहण्याच्या दृष्टीने भीती ही भावना महत्त्वाची भूमिका बजावायची. जिवाची भीती वाटण्यातून टिकून राहण्याचा प्रयत्न होत राहिला. म्हणजे, एका परीने इथे नकारात्मकतेची छटा असलेल्या भावनेमुळे स्वत:ला वाचवण्याचा प्रयत्न करण्याकडे कल होता. त्यामुळे अशा व्यक्ती प्रजोत्पादनाच्या वयापर्यंत जगण्याची शक्यता अधिक होती.

जगण्याला आवश्यक अशा नकारात्मक (अव?)गुणांची जनुके (भय, भीती) असलेल्या व्यक्ती तग धरून राहिल्या.

गेल्या ५० हजार वर्षांत आपल्या मध्य मेंदूत काहीही बदल झालेला नाही.

विशेषकरून, आत्ताच्या काळात या स्वाभाविक नकारात्मक (भय, भीती अशा जगायला आवश्यक) भावनांची गरज उरली नाही. तरीही, मेंदूत नैसर्गिकरीत्या बदल झालेला नाही.

परंतु मिड-ब्रेन प्रोग्रामिंगमध्ये ही गरज संपल्याची जाणीव नसल्यामुळे, नकारात्मकतेची ही स्वाभाविक प्रवृत्ती आजही टिकून आहे.

म्हणजे आपण निराशावादी की आशावादी, हे निसर्ग ठरवतो?

अजिबात नाही. नैसर्गिक उत्क्रांतीमध्ये नकारात्मक भावना टिकून राहिल्या असल्या तरीही आपण हे पक्कं लक्षात ठेवायचं की, त्या आपण पकडून ठेवण्याची गरज नाही. आपल्या मिड-ब्रेन प्रोग्रामिंगमध्ये सकारात्मक विचार, भावना भरून टाकणं– फीड करणं आपल्या हातात आहे. 'निराशावादी ते आशावादी' हा प्रवास अशक्य अजिबात नाही. आपण प्रयत्नपूर्वक आपल्या मेंदूतील चुकीचं सॉफ्टवेअर बदलू शकतो. आपण आशावादी नक्कीच होऊ शकतो. आपण आशावादी व्हायलाच हवं!

●●●

समजून घेऊ...

सुंदर मी होणार...

माणसाचं रंग-रूप निसर्गदत्त असलं तरी सौंदर्य मात्र त्याच्या बाह्य आणि आंतरिक जडणघडणीवर अवलंबून असतं. हे सौंदर्य शारीरिक आणि मानसिक संस्कारांतून घडवावं आणि जोपासावं लागतं. त्यासाठी सर्वांत चांगले प्रयत्न कोण करू शकतं? तर, अर्थातच तुम्ही स्वतः! एखादी ब्युटी-एक्सपर्ट आपल्या कौशल्यातून सर्वसामान्य रंगरूपाच्या व्यक्तीला देखणेपणा देऊ शकते; तसंच आपणही आपला 'मेक-ओव्हर' करून स्वतःला देखणेपणा बहाल करू शकतो.

या 'मेक-ओव्हर'साठी आवश्यक असणाऱ्या पुढील काही गोष्टी आपण करायला सुरुवात करू :

- दररोज सकाळी आणि संध्याकाळी प्रार्थना म्हणा.
- सजगता महत्त्वाची आहे.
- उत्तम आणि सकस आहार घ्या.
- नियमित व्यायाम करणं महत्त्वाचं आहे.
- स्वतःची काळजी घेण्याला अनन्यसाधारण महत्त्व आहे.
- तणाव दूर करण्यासाठी जे जे आवश्यक आहे ते ते करा. हा एक ब्रह्मराक्षस आहे. त्याला तुम्ही नष्ट करा; नाहीतर तो तुम्हांला खाईल.
- कुटुंब आणि मित्र यांच्यासोबतचे संबंध निरोगी हवेत.
- बालपणाची निरागसता अनुभवा.
- पुरेशी झोप हवीच.
- कृतज्ञ राहायची सवय करा.

- माफ करा, माफी मागा.
- रोजच्या रोज 'स्वयम् ३६५'चा सराव करा.

याशिवाय, तुम्हांला जे काही सुचत असेल ते सर्व करणं गरजेचं आहे. कारण तुम्ही सुंदर आहात आणि ते सौंदर्य जोपाण्यासाठी - राखण्यासाठी काही उपायही करायला हवेत.

या महिन्याचा मंत्र

नेहमी धडाडीचे चालक (Aggressive driver) बनू नका. अनेक वेळा दयाळू प्रवासी (Compassionate co-traveller) असणे शहाणपणाचे आहे.

महिना
८

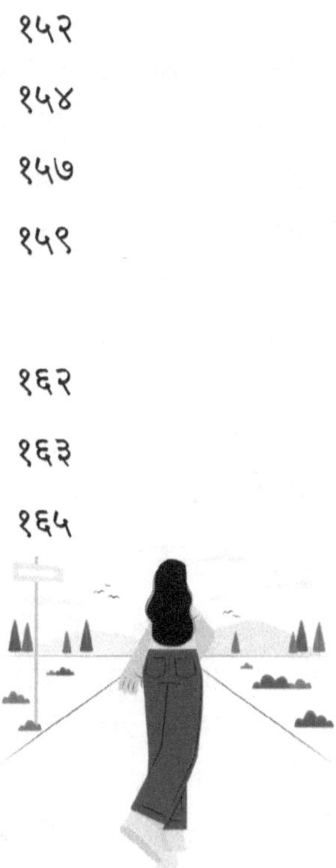

पहिला आठवडा
यशाकडे नेणारा मार्ग

यशाकडे जाणं हा कधीही न संपणारा प्रवास आहे. अगदी आपल्या शेवटच्या श्वासापर्यंत तो अखंड चालू असतो.

ईप्सित ध्येय अथवा उद्दिष्ट साध्य करणं म्हणजे यश. आर्थिक उद्दिष्टांपर्यंत पोहोचणं, बढती मिळणं, नवीन कौशल्य आत्मसात करणं अशा प्रकारचे वैयक्तिक किंवा व्यावसायिक टप्पे प्राप्त केले तर ते मोजता येऊ शकतात. प्रत्येकाची यशाची व्याख्या वेगळी असू शकते. कारण यश व्यक्तिनिष्ठ आणि सापेक्ष असतं. यशाचं निश्चित किंवा ठरावीक मोजमाप नाही. प्रत्येकाचा अनुभव वेगळा असतो. काहींना ७० टक्के यश मिळवण्यात आनंद असतो, तर काहींसाठी तो पहिला टप्पासुद्धा नसतो. त्यांना ९९ टक्के हवं असतात. असं असलं तरी यशाकडे सकारात्मक घटना म्हणून पाहिलं तर जातंच; शिवाय, समाधान, तृप्ती आणि आशा यांचा स्रोत म्हणजे यश, असंही समजलं जातं. मात्र, यश काही सहज प्राप्त होत नाही. ते प्राप्त करण्यासाठी समर्पित भावना हवी, प्रयत्न करायला हवेत.

यशाचा मार्ग

यशाकडे नेणारा मार्ग हा चांगलाच निसरडा असतो. यशोशिखरावर पोहोचण्यासाठी अनेक गोष्टींची शिदोरी लागते, हे यशस्वी झालेल्या व्यक्तींवरून लक्षात येतं. त्यांच्यात असलेली विविध कार्यकौशल्यं, समस्येची उकल करण्याची क्षमता, संवाद कौशल्य, सुसंघटितपणा, वेळेचं नियोजन, योग्य दिशेने प्रयत्न, या गोष्टी तर यशाच्या वाटेवर मूलभूत ठरतात. या व्यतिरिक्त त्यांच्यात कार्यमूल्यांची तीव्र जाणीव असते. ते ध्येयाने

प्रेरित आणि एकचित्त असतात. आपल्या चुकांतून शिकायचं कसं आणि अपयशाचा उपयोग शिडीसारखा करत विकासाच्या संधींपर्यंत पोहोचायचं कसं, हे त्यांना ठाऊक असतं.

यश कसं प्राप्त करायचं?

- 'यश म्हणजे काय?' हे निश्चित करत त्या व्याख्येनुसार विशिष्ट आणि साध्य होण्याजोगी उद्दिष्टं ठरवा.
- उद्दिष्टांप्रति नेणारा योग्य आराखडा तयार करा. आपला आराखडा छोट्या, कृती करण्याजोग्या पायऱ्यांमध्ये विभागून त्यांचा योग्य क्रम लावा.
- आव्हानं आली तर स्वीकारा. अपयशाकडे शिकण्याची संधी म्हणून पाहा. सुधारणा करत विकसित होण्याच्या आपल्या क्षमतेवर विश्वास ठेवा.
- लक्ष्यकेंद्रित कृती सातत्यपूर्वक करणे ही यशाची गुरुकिल्ली आहे. आपली उद्दिष्टं प्राप्त करण्यासाठी क्रियाशील राहा. चालढकल करू नका.
- तुम्हांला ज्या क्षेत्रात रुची आहे, त्यामध्ये तुमचे गुरू आणि आदर्श कोण आहेत? त्यांच्या अनुभवांतून शिका. त्यांचा सल्ला घ्या. त्यांची अनुभवसिद्ध कार्यपद्धती वापरून पाहा.
- शिकत राहा, सुधारणा करत राहा. कुतूहल शाबूत ठेवा. वैयक्तिक आणि व्यावसायिक विकासाला प्राधान्य द्या. व्यवसायात कोणते ट्रेंड आहेत, ते लक्षात घेत त्यांच्याशी जुळवून घ्या. नवीन कौशल्यं आत्मसात करा.
- तुम्हांला पाठिंबा देणारं, आधार देणारं नेटवर्क निर्माण करा. तुमच्यासारखीच मूल्यं जपणाऱ्या आणि ध्येयदृष्टी असणाऱ्या व्यक्तींच्या सहवासात राहा. नेटवर्किंगच्या संधीचा लाभ घ्या. गुरूपर्यंत पोहोचा. समान विचारसरणी असणाऱ्यांशी जोडून घ्या.
- आपल्या ध्येयांवर लक्ष केंद्रित करा आणि गरजेनुसार जुळवून घ्या. उद्दिष्टांवरची नजर ढळू देऊ नका.
- मिळालेला अभिप्राय मोकळ्या मनाने स्वीकारून, त्यानुसार कार्यप्रणाली बदलल्या, तर तुम्ही यशाच्या अधिक जवळ जाऊ शकता.

●●●

दुसरा आठवडा
समाधान मिळवण्यासाठी...

समाधान की यश? खरंतर हा प्रश्नच चुकीचा आहे. काही वेळा 'जास्त काय महत्त्वाचं' याचा विचार अनाठायी आहे. दोन्ही बाबी वेगळ्या आहेत. एवढं मात्र खरं की, शहाणा माणूस त्याच्याजवळ असलेल्या गोष्टींबद्दल दु:ख करत नाही; तर त्याच्याकडे जे आहे त्यात आनंदी होतो. नक्कीच तो अधिक मिळवण्याचा प्रयत्न करेल. परंतु तो प्रत्येक टप्प्यावर त्याच्या समाधानाने जगेल. जसे ते म्हणतात, 'समाधानी राहा; परंतु अधिकसाठी प्रयत्न करा!'

एखादी इच्छा, अपेक्षा किंवा गरज पूर्ण झाल्यावर, काहीतरी साध्य किंवा प्राप्त झाल्यावर जाणवणारा भाव म्हणजे समाधान. आपल्या स्वास्थ्यासाठी समाधानाची भावना अत्यावश्यक आणि मूलभूत असल्याने तिचा अनुभव घेण्याचा, ती जाणवून घेण्याचा आपण आटोकाट प्रयत्न करतो. आपल्या सर्व प्रयत्नांसाठी आपल्याला अंतिम यश लाभतं तेव्हा आपली प्रेरणा आणि कार्यक्षमता यात वाढ होऊ शकते.

समाधान प्राप्त करण्यासाठी काहीतरी साध्य केल्याची जाणीव असणं गरजेचं आहे. स्थिर असणं, टिकून राहणं याबरोबरच जीवन-समाधान हीही एक व्यापक संकल्पना आहे. आपल्या आयुष्यात जे जसं घडत आहे, त्याबद्दल आपल्याला जे जसं वाटत आहे, ते जीवन-समाधान यातून लक्षात येतं. असे समाधान वाटण्यामागे अनेक घटक असतात. त्यात काम, प्रेमसंबंध, कुटुंबाशी आणि मित्र-मैत्रिणींशी नातेसंबंध, आरोग्य आणि तंदुरुस्ती असे अनेक घटक भूमिका बजावतात. समाधानाचा पाठपुरावा करत असताना त्यात अर्थ गवसू शकतो, संतोष लाभू शकतो. समाधान असेल तर आव्हानं आली तरी सकारात्मक आणि लवचीक राहणं शक्य होतं.

आपण समाधानी आहोत की नाही, हे कसं ठरतं?

आयुष्य आपला आदर्श जीवन-आराखडा पूर्णत्वाला नेतं तेव्हा आपण आपल्या जीवनाबद्दल समाधानी असतो.

समाधान ही व्यक्तिनिष्ठ आणि भावनिक बाब आहे. जीव आपल्या नियोजनाबरहुकूम चालत नाही तेव्हा आपल्याला असमाधान जाणवतं.

दर्जा हा व्यक्तीची मूल्यं आणि विश्वास/समजुती यांवर अवलंबून असून, मानसिक आरोग्य त्यावर आधारित असतं. त्यामुळेच जीवन-दर्जा हा मानसिक आरोग्याचा महत्त्वाचा द्योतक समजला जातो. आपल्या दृष्टीने कोणते घटक महत्त्वाचे आहेत, हे आपल्या आकलनावरून ठरतं. आपले कार्यक्षेत्र, नातेसंबंध, कुटुंब, मित्र-मैत्रिणी आणि वैयक्तिक विकास अशा काही क्षेत्रांत आपलं सध्याचं आयुष्य यशस्वी असू शकतं; तर आरोग्य आणि तंदुरुस्ती अशा काही क्षेत्रांत ते पिछाडीवर असू शकतं. आयुष्यात कोणाला किती समाधान जाणवतं याची मोजणी व्यक्तिनिष्ठ असते किंवा प्रत्येक व्यक्तीला त्याच्या आयुष्यात कोणते घटक महत्त्वाचे वाटतात, यावर ते आधारित असू शकतं. वैयक्तिक स्तरावर आपल्याला अर्थपूर्ण न वाटणाऱ्या घटकांमधून आपलं जीवन-समाधान निश्चितच होणार नाही. आपल्या जीवन-समाधानाची पातळी निश्चित करणं हे दुसऱ्या कुणाच्या नाही, तर आपल्या हातात आहे. आपल्याला आपल्या जीवनाकडून कोणत्या पातळीचं समाधान हवं आहे, हे केवळ आणि केवळ आपणच ठरवू शकतो.

शेवटी, आपणच आपल्या समाधानाला जबाबदार असतो. त्याचा पाठपुरावा करण्यासाठी आपणच क्रियाशील असायला हवं.

अगदी साध्या पद्धतीने हे सांगता येईल. आपण काही गोष्टींची आणि यशाची अपेक्षा बाळगतो. आपल्याला जे हवं आहे; परंतु जे अद्याप प्राप्त झालं नाही, त्याची स्वप्नं पाहतो.

आपल्याला काय हवं आहे, आणि आपल्याकडे काय आहे, यातल्या फरकावरून समाधान निश्चित होतं.

समजा, असा काही फरक नसेल किंवा तो फार कमी असेल तर आपण समाधानी आणि संतुष्ट असू. आपल्याकडे जे नाही, ते जेव्हा आपल्याला हवंसं वाटतं तेव्हा आपल्या समाधानाच्या भावनेला त्याचा त्रास सहन करावा लागतो.

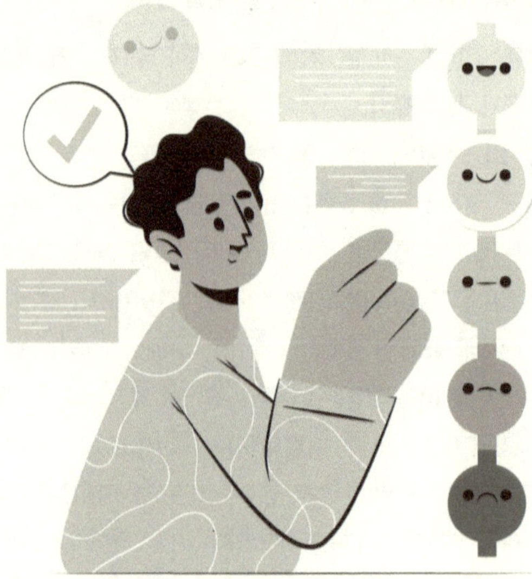

समाधानाचा पाठपुरावा करण्यासाठी हे करा :

- तुमच्या मनाच्या गाभ्यातल्या मूल्यांवर आधारित यशाची तुमची व्याख्या करा.
- वास्तव आणि अर्थपूर्ण उद्दिष्टं कोणती, ते लक्षात घ्या.
- सकारात्मक विचार करा.
- आपली स्वप्नं प्राप्त करण्याजोगी नाहीत, हे लक्षात आलं तर ती बदला.
- आपला मार्ग अवास्तव आहे, असं लक्षात आलं तर तो बदला.
- नम्रता अंगी बाणवण्यासाठी कृतज्ञता व्यक्त करायला शिका.
- नातेसंबंध सशक्त करण्यासाठी प्रयत्नशील राहा.
- आपल्याला आधार देऊ शकणारी कार्यपद्धती विकसित करा.
- सतत प्रगतीचा आढावा घ्या. गरजेनुसार दृष्टिकोन जुळवून घ्या.
- अपयशातून शिका आणि विकास करून घ्या.
- यश साजरं करा.

तिसरा आठवडा

आयुष्याची ब्लू प्रिंट

ही संकल्पना डॉ. मार्टिन ल्यूथर किंग, ज्युनियर यांची आहे. २६ ऑक्टोबर १९६७ रोजी, (त्यांची हत्या होण्याच्या सहा महिने आधी) फिलाडेल्फिया येथील बॅरेट ज्युनियर हायस्कूलमधील विद्यार्थ्यांच्या एका गटाशी मार्टिन ल्यूथर यांनी संवाद साधला. त्या वेळी त्यांनी विद्यार्थ्यांना सांगितलं. त्यातील काही निवडक –

तुम्ही अगदी नगण्य आहात, असं कोणालाही वाटून देऊ नका.

वास्तुविशारद इमारतीसाठी ब्लू प्रिंट तयार करतो
ती ब्लूप्रिंट मार्गदर्शक आणि नमुनादर्शक म्हणून काम करते,
आणि चांगल्या ब्लू प्रिंटशिवाय इमारत योग्यरीत्या उभारली जाऊ शकत नाही.

त्याचप्रमाणे आपल्यापैकी प्रत्येक जण एक जीवन घडवत आहे.
प्रश्न असा आहे की, आपल्याकडे आपल्या जीवनाबद्दलची
एक योग्य, ठोस आणि योग्य ब्लू प्रिंट तयार आहे का?

तुमच्या ब्लू प्रिंटमध्ये पुढील गोष्टी प्रतिबिंबित झाल्या पाहिजेत :

- तुमचा स्वाभिमान, तुमची प्रतिष्ठा आणि योग्यता तुमच्यात खोलवर रुजलेली असावी.
- जसजसे दिवस, वर्षे उलगडत जातील, तसतसे तुम्ही ठरवाल की, तुम्ही विविध क्षेत्रांत उत्कृष्टता मिळवण्यासाठी आयुष्यात कोणते प्रयत्न कराल? तुमचे जीवनकार्य काय असेल?
- तुमची ब्लू प्रिंट तुम्हांला मिळालेल्या संधींनुसार प्रतिबिंबित झाली पाहिजे.

- काहीही करा; पण जग तुम्हांला लक्षात ठेवेल असे काहीतरी करा. तुमची ध्येये तुमची मूल्ये आणि तुमच्या कृती यात एकतानता असायला हवी.
- तुम्ही करत असलेले काम उच्च दर्जाचे आहे आणि त्याचा चिरस्थायी प्रभाव आहे, याची खात्री करा. आपले जीवन लक्षात ठेवण्यायोग्य बनवा.
- तुम्ही स्वतःचे सर्वोत्तम रूप असणे आवश्यक आहे. तुम्ही कितीही लहान असला तरी तुमच्यामुळे चांगले बदल घडू शकतात.

स्वाध्याय

तुमच्या आयुष्याची ब्लू प्रिंट तयार करा. त्यासाठी पुढील गोष्टी तुमच्याबद्दल लिहायच्या आहेत :

- आयुष्यातल्या सगळ्यांत महत्त्वाच्या तीन गोष्टी :
- सगळ्यांत जवळचा सखा :
- आयुष्याकडे तुम्ही कसं बघता?
- सगळ्यांत जवळची माणसं :
- गाभ्यातले विचार किंवा समजुती (core belief)
- मनात खोलवर रुतलेले विचार किंवा समजुती (deep belief)
- मूल्य (value)
- तुमची प्रतिष्ठा
- तुम्ही कोण आहात?
- विचारांचं आयुष्यातील महत्त्व
- तुमच्याकडे रोज सकाळी उठण्याचं काही कारण असतं का?
- तुमची प्रार्थना
- जगण्याची प्रेरणा
- आयुष्यातला दीपस्तंभ
- आयुष्याकडून तुम्हांला काय मिळालं?

चौथा आठवडा

मन जिंकणारे क्षण जपा!

छोट्याशा कुपीत आपण ठेवतो अत्तर,
ज्याचा दरवळ सगळ्यांना आल्हाददायक असतो.
त्याचप्रमाणे हृदयाच्या कुपीत ठेवावेत असे क्षण,
ज्याचा दरवळ आपल्या सगळ्यांना आनंद देईल.

कधीकधी, अगदी अलगदपणे आनंद आपल्यासाठी खजिना म्हणून येतो. देण्यामध्येच खरा आनंद असतो, हे खरं आहे; तरीही, अनपेक्षित काहीतरी घडते.

एका ऑनलाइन कोर्समध्ये मला 'हॅपीनेस'वर एक प्रोजेक्ट करायचा होता. कमी पैशात कुणाला तरी आनंद द्यायचा होता.

काहीतरी मनात आलं...

'एक छोटं कॅडबरी चॉकलेट' माझ्यासाठी अज्ञात असलेल्या व्यक्तीला द्यायचं.

दहा रुपयांचं लहान कॅडबरी चॉकलेट खरेदी केल्यानंतर त्या अज्ञात व्यक्तीचा शोध घेणं, हे मुख्य आव्हान होतं. रस्त्यावर खूप रहदारी होती.

ती सडपातळ, थकलेली, ७५ ते ८० वर्षांची, साडी नेसलेली, भावपूर्ण डोळे आणि कानात मोत्यांची कुडी; अगदी माझी आई घालायची तशी घातलेली होती. जणू माझ्या आईचाच चेहरा!

ती जवळ आली तशी मी तिला हाक मारली.

"मावशी, एक मिनिट बोलू शकते का?"

तिने प्रश्नार्थक नजरेने पाहत विचारलं, "कोण तुम्ही?"

मी तिला माझी ओळख करून तर दिलीच; आणि 'हॅपीनेस' या प्रोजेक्टबद्दलही त्यांना सांगितलं.

"मावशी, मी ना... तुम्हांला एक छोटंसं चॉकलेट देणार आहे. फक्त एक गोष्ट करायची – ते लगेच खायचं आणि लहानपणीची एखादी आठवण सांगायची. अशी आठवण जेव्हा कुठल्यातरी गोष्टीने तुम्हांला खूप आनंद झाला होता. मला सांगा किंवा मनाशी आठवलीत तरी चालेल."

"७८ वर्षांची आहे मी आज, मुलगा गेला लांब तिकडे परदेशात. गेले १६ वर्षं एकटीच राहते. लहानपणीच्या आठवणी आठवणं कठीण आहे. गेल्या कित्येक दिवसांत कुणी आपणहून चार गोड शब्द काही बोललं नाही बघा माझ्याशी! लहानपण तर विसरलेच असावे एव्हाना. आता तुम्ही म्हणताय तर इतकंच आठवतं की, खूप मैत्रिणी होत्या लहानपणी... पण त्यापुढे जात एखादी छानशी आठवण म्हणालात तर... कठीण आहे..." त्यांचा उदास स्वर माझ्या मनाला स्पर्शून गेला.

"मावशी..."

"खाईन हो मी हे चॉकलेट... पण माझीही एक अट आहे."

हे बोलताना त्यांच्या स्वरात कुठेच दुःख जाणवत नव्हतं. नजरेत काही वेगळीच चमक होती. तो बदल पाहून मी चकित झाले.

मी विचारलं, "अट?"

"तुम्ही म्हटलं ना, की मी लहानपणीची एक आठवण सांगायची!"

"हो. अर्थात, तुमची इच्छा असेल तरच हं!"

"एकच काय, चांगल्या छप्पन्न आठवणी सांगते."

"अगदी चालेल, पण सगळ्या आनंदी असायला हव्यात हं!"

"बालपणीच्या आठवणी बरेचदा आनंदाच्याच असतात, तशाही!"

"अगदी खरंय तुमचं म्हणणं."

"तुम्ही मला एक मिठी माराल?"

'मिठी!' मी बरोबर ऐकलं होतं न!... मला जरा नवल वाटलं!

"गेल्या कित्येक वर्षांत या मनाला भावभावनांचा स्पर्श झालेला नाही. कैक काळात मला कुणी मिठी मारलेली नाही."

माझी आई हे जग सोडून गेली त्याला दोन वर्षं झाली होती. ती जाण्यापूर्वी आम्ही शेवटची मिठी कधी मारली होती?...

मी मावशींना घट्ट मिठी मारली. माझ्या गालांवरून अश्रू ओघळत होते. आसमंत गार असला तरी मला त्यांच्या मायेची ऊब जाणवत होती... माझ्या आईच्या मायेची ऊब! पुढची काही मिनिटं आम्ही दोघी तशाच एकमेकींच्या मिठीत हरवलेल्या अवस्थेत उभ्या होतो.

फार मोठी विनंती होती का ती?...

मी त्यांना जे दिलं त्यापेक्षा कैक पटींनी अधिक त्यांनी मला देऊ केलं.

''मावशी, पुन्हा एक मिठी मारता?''

मला जे हवं होतं ते मिळालं.

ती माझ्या आईची मिठी होती.

त्यांनी मला कुशीत घेतलं तेव्हा वाटलं आईचाच स्पर्श अनुभवते आहे की काय! तो क्षणिक आनंद नव्हताच मुळी... तो होता शाश्वत आनंद... स्थळकाळाच्या पलीकडे नेणारा! ते शुद्ध आणि विनाशर्त सुख मी कधीही विसरणार नाही. माझा आनंद आता चिरकाल टिकून राहील. चेहऱ्यावर हसू आणि मनात तृप्तीची भावना घेऊन मी तिथून निघाले.

स्वाध्याय

- अशा प्रकारचा आनंद कधी अनुभवला आहे का? अनुभवला असेल तर तो किती मौल्यवान असतो हे तुम्हांला सहज कळेल. अद्याप तुम्हांला असा आनंद लाभला नसेल तर इथून पुढे वेळ गमावू नका. पटकन पुढे होत त्याचा शोध घ्या. अगदी छोट्याशा क्षणाचं कौतुक करत तो जपायला शिकलात की असा आनंद लाभू शकतो.
- इतरांना आनंदाचे क्षण द्या आणि त्यातून तुम्ही काय अनुभवलं ते लिहून काढा.

समजून घेऊ...

समानुभूती

दुसऱ्याच्या भावना समजून घेत त्या वाटून घेण्याची क्षमता म्हणजे समानुभूती (Empathy). दुसऱ्याच्या जागी स्वतःला ठेवून बघायचं आणि एखाद्या परिस्थितीत त्या व्यक्तीला कसं वाटेल याची कल्पना करायची. अशाने आपण इतरांशी जोडले जातो आणि आपल्याला विविध दृष्टिकोनांची सखोल जाणीव होते. समानुभूती असली की आपण अधिक कनवाळू होतो, मोकळे होतो.

दुसऱ्याचा दृष्टिकोन समजून घ्यायचा असेल तर आपल्याला त्यांच्या भावना समजून घेता यायला हव्यात, त्या वाटून घेता यायला हव्यात. एक सामाजिक कौशल्य म्हणून समानुभूती आपल्याला विश्वास निर्माण करायला आणि इतरांना समजून घ्यायला मदत करते, दृढ नातेसंबंध निर्माण करायला मदत करते.

समानुभूती विकसित करण्याचा सर्वोत्तम मार्ग कोणता?

- सक्रिय श्रवण (विचारपूर्वक ऐकून)
- दुसऱ्याचा दृष्टिकोन समजून घेत नवीन कल्पनांप्रति मोकळं राहून
- माइंडफुलनेसचा सराव करून
- दैनंदिन प्रार्थना
- योग आणि प्राणायाम
- शारीरिक समस्थिती (Homeostasis) राखून
- संगीत ऐकून किंवा छंद जोपासून
- आपलं मानसिक स्वास्थ्य जपून

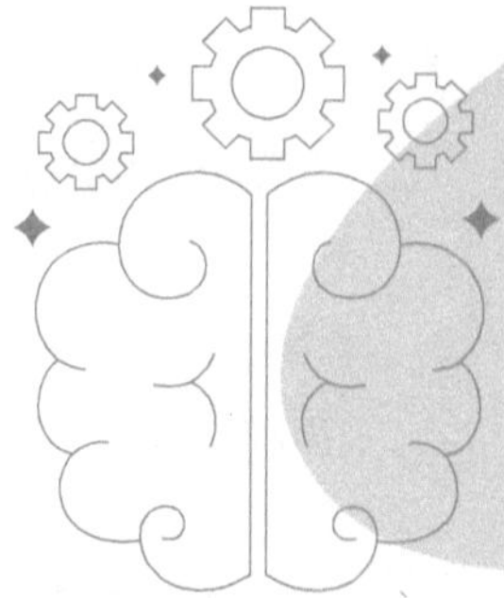

समजून घेऊ...

‘थोडासा रुमानी हो जाये’

आयुष्यात थोडा रोमान्स तर हवाच!

एखाद्याप्रति प्रेम आणि खोलवर वाटणारी आपुलकी यांची जोड असलेली उत्तेजित करणारी एक गूढ भावना म्हणजे प्रणयभावना (Romantic feelings). अशा या प्रणयभावनेतून दोन व्यक्तींना शारीरिक आणि भावनिक जवळीक जाणवू शकते आणि त्यातून अशा व्यक्तींमध्ये दृढ बंध निर्माण होऊ शकतो. मानसिक आणि भावनिक स्तरांवर रोमँटिक असणारे नातेसंबंध अतिशय संतुष्ट करणारे ठरू शकतात. ते आपल्या आयुष्यात भरभरून आनंद आणू शकतात, सौख्याची बरसात करू शकतात.

संवेदनशील आणि आदर्शवत पद्धतीने सौंदर्य सादर करण्याचा रोमान्स, प्रेम एक मार्ग असू शकतो. व्यक्तीचं सामर्थ्य आणि निसर्गाचं सौंदर्य यावरच्या श्रद्धेची झालर त्याला लाभलेली आहे. फुलं देणं, प्रेमपत्र लिहिणं, अनपेक्षितपणे एखादी भेटवस्तू देणं, प्रेम व्यक्त करणं, समोरच्या व्यक्तीबद्दल वाटणारी आपुलकी व्यक्त करणं, ही सगळी रोमँटिक असण्याची लक्षणं आहेत.

स्वतःशीच प्रणयाचे नाते

खरंतर आपण स्वतःशीच असं गोंडस नातं जोपासू शकतो, त्याला प्रणयरंग बहाल करू शकतो. स्व-प्रेमाचा आणि स्व-काळजीचा तोही एक भाग आहे.

- या स्व-प्रेमावर मानसिक आणि भावनिक स्वास्थ्य अवलंबून आहे. स्व-प्रेमातून स्व-मूल्याची आणि कौतुकाची जाणीव वाढीस लागते, स्व-सन्मान विकसित होतो. मनाच्या आरोग्याची थोडीशी काळजी घेतली की स्ट्रेस आणि चिंता थोडी कमी होऊ लागते, भावनिक स्थैर्य वाढीला लागतं. प्रत्येकाच्या शारीरिक आणि भावनिक गरजा तर असतातच; मग तो नातेसंबंध व्यावसायिक असो की

वैयक्तिक; त्यांचा सन्मान करणं, योग्य मर्यादा राखणं हे अशा स्व-प्रेमात अपेक्षित आहे.

- स्वतःची काळजी घेणं, स्वतःकडे लक्ष देणं यातून आपण आपल्या परीने अधिकाधिक उत्तम घडत जातो. आपलं स्वास्थ्य एकूणच सर्व स्तरांवर सुधारतं. शारीरिक आरोग्य अधिक चांगलं होऊ शकतं. झोप छान लागते. आनंद आणि समाधान द्विगुणित होतात.
- इतरांशी नाती सुधारण्याआधी थोडं स्वतःकडे पाहिलंत, थोडं कौतुक केलंत स्वतःचं, तर स्वतःप्रति प्रेम, कणव आणि जवळीक वाढीस लागेल.

कसं जपायचं 'स्व'शी गोंडस नातं?

इतरांना जशी प्रेमाची गरज आहे, माया हवी आहे, तशीच ती तुम्हांलाही हवी आहे. त्यासाठी –

- सकारात्मक स्व-संभाषण वाढवा.
- स्वतःविषयीच्या नकारात्मक विचारांना त्याला आव्हान द्या.
- यश मिळालं तर ते साजरं करा आणि अपयशातून शिकत जा.
- स्वतःची काळजी घ्या. स्वतःचे लाड करा.
- येऊ द्या ना थोडे रंग तुमच्याही आयुष्यात! होऊ द्या गंधित तुमचेही काही क्षण!

- स्वतःशी मायेने, दयेने, कणवेने, आपुलकीने वागा.

आयुष्याकडे पाहायला थोडासा वेळ दिलात, तर तुमच्या लक्षात येईल की, आयुष्य खूप सुंदर आहे.

समजून घेऊ...

सकारात्मक विचार कसा करायचा?

विचारांवर आपण नियंत्रण ठेवू शकतो का? विचारांचं स्वरूप आपण बदलू शकतो का? अर्थातच, 'हो'. आपण नक्की असं करू शकतो.

सर्वसाधारणपणे विचार आणि स्व-संवाद आपोआप, काहीही न करता घडत असले तरी आपण जाणीवपूर्वक त्यांच्यावर नियंत्रण ठेवू शकतो. विशेषतः, आपला स्व-संवाद नकारात्मक, हानिकारक अथवा वस्तुस्थितीला सोडून असेल तर त्याच्यावर जाणीवपूर्वक नियंत्रण ठेवून त्याला सकारात्मक करण्याचा हाच मार्ग आहे. त्याच्या दोन पायऱ्या म्हणजे, एक, चुकीच्या विचारांकडे दुर्लक्ष करून त्यांचे खच्चीकरण करायचे आणि मग दुसरे, त्या जागी योग्य, हितकारी विचार मनात स्थापित करायचे. यासाठी विविध तंत्रं (technique) उपलब्ध आहेत. पृष्ठसंख्येच्या मर्यादेमुळे ती पुढे थोडक्यात दिली आहेत; जेणेकरून वाचकांना त्यांची तोंडओळख होईल. प्रत्येक तंत्राचा वापर दीर्घ काळ करणं गरजेचं आहे. त्यासाठी तज्ज्ञांचं मार्गदर्शन मिळालं तर ती वापरणं सोपं होईल.

सकारात्मक विचार करायला कसं शिकायचं?

- 'स्वयम् ३६५' या साधनातून हे शक्य आहे.
- **डायरी लिहिणे :** कुठल्याही बदलासाठी सर्वप्रथम आपल्याला कशात आणि काय बदल घडवून आणायचा आहे, याची स्पष्ट कल्पना असणे आवश्यक आहे. त्यासाठी आपल्या स्मरणशक्तीवर अवलंबून न राहता डायरीच्या स्वरूपात नोंदी केल्यास ते उपयुक्त होते. आपल्या मनात कधी कुठल्या प्रकारचे विचार येतात, त्यांचे स्वरूप आणि तीव्रता किती असते, एखाद्या घटनेच्या अनुषंगाने कुठल्या प्रकारचे विचार आपल्या मनात येतात, याच्या तपशीलवार नोंदी ठेवाव्यात. यातून घटना आणि विचार/भावना/वर्तन यांचे परस्पर नाते लक्षात यायला मदत होते. त्यामुळे आपले सध्याचे प्रोग्रामिंग कसे झालेले आहे, हे समजते. तसेच आपल्या

मनात नकारात्मक विचार साधारणतः कधी येऊ शकतात याची पूर्वकल्पना येऊ शकते. त्यामुळे तो प्रसंग घडण्याआधीच नकारात्मक विचार न येऊ देण्याची काळजी आपण घेऊ शकतो.

- **विराम (Pause) तंत्र :** यात आपण हे शिकतो की, कुठल्याही घटनेला त्वरित प्रतिक्रिया (instant reaction) द्यायची नाही. विराम घ्यायचा. मनाला 'धीर धर जरा!' म्हणायचे. आपल्या वैचारिक मेंदूला विचार करायला, परिस्थितीचे आकलन करायला, तर्कशुद्ध निष्कर्ष काढायला, आपले वर्तन आपल्या दीर्घकालीन हिताचे असणार आहे याची खात्री करायला वेळ द्यायचा.

  उदाहरणार्थ, आपल्या जोडीदाराने, आपल्या वरिष्ठाने, आपल्या मुलांनी, आपल्या मित्रांनी आपल्याला न आवडणारी, न पटणारी गोष्ट केली किंवा ते आपल्याला लागेल, अपमानास्पद वाटेल असं काही बोललं तरी त्याला ताबडतोब उत्तर द्यायचं नाही!... क्षणभर थांबायचं!

  सुरुवातीला जमत नाही; पण हळूहळू सवयीने जमतं. मनात नकारात्मक विचार आले, राग, मत्सर अशा नकारात्मक भावना आल्या, तर 'त्या आल्या आहेत' याची फक्त दाखल घ्यायची आणि मनात म्हणायचं की, 'मला तुम्ही नको आहात, आत येऊ नका. परत जा!'

  'थांबा!' हे मनातल्या मनात म्हटले तरी चालेल; पण जर तुम्ही 'थांबा!' असं मोठ्यांदा उच्चारलंत तर ते अधिक परिणामकारक होईल.

- **विचलित होण्याचं/करण्याचं (Distract) तंत्र :** मन पुनःपुन्हा त्याच नकोशा विचारांकडे आकर्षित होत असेल तर आपलं लक्ष विचलित करण्यासाठी दुसऱ्या कुठल्यातरी आवडत्या गोष्टीत स्वतःला गुंतवा. आवडणारं संगीत ऐका, एखादं आवडणारं काम करायला घ्या, डोळे मिटून आकर्षक असं कल्पनाचित्र रेखाटा, देवावर विश्वास असेल तर नामजप करा. काहीतरी असं करा; जेणेकरून तुमचं चित्त त्या नकारात्मक विचारात गुंतून राहणार नाही.

- **रबर बँड टेक्निक :** दुर्लक्ष करणं जमत नसेल तर मनगटावर एक रबर बँड बांधा आणि मनात नकारात्मक विचार आल्याबरोबर तो रबर बँड ओढून सोडा. मनगटाला थोडीशी वेदना होईल. परंतु नंतर, हे असे विचार येत आहेत ही तुमची जाणीव वाढेल, त्यामुळे वेदना झाली की ती टाळण्याकडे तुमचा कल असेल. यातून तसे विचार मनात न आणण्यासाठी प्रेरणा मिळेल.

- **जाणीवपूर्वक प्रयत्न (Conscious Effort) :** दुर्लक्ष करणं जमू लागलं की नकारात्मक विचार मनात असतानाच त्याच्या पूर्णपणे विरुद्ध असा सकारात्मक

विचार 'जाणीवपूर्वक' मनात आणा आणि त्या नव्या विचारावर लक्ष केंद्रित करा. असं वारंवार केल्यावर हा नवीन विचार तुमच्या प्रोग्रामिंगचा नव्याने भाग होईल. कालांतराने तुमच्या आणि तुमच्या मेंदूच्या हे अंगवळणी पडेल. मग ही अदलाबदल आपोआप, तुमच्या जाणिवेशिवाय होऊ लागेल.

- **भावनांची तीव्रता कमी करणे :** तो विषय दुर्लक्षित करण्यासारखा नसेल, त्यावर काही प्रतिसाद देणं जरुरीचं असेल, तर तो विचार आपण ज्या शब्दांत मांडत आहोत ते तपासून, तोच विचार कमी तीव्रतेच्या शब्दांमधून व्यक्त करा. त्यातला परखडपणा कमी करा. 'माझं असं स्पष्ट मत आहे...' यासारखी विधानं टाळा. 'मला अतिशय राग आला आहे' असं स्वत:शी न म्हणता हे 'मला आवडलेलं नाही,' 'असं झालं नसतं तर बरं झालं असतं' अशा शब्दांत आपले विचार आणि भावना मांडायचा प्रयत्न करा. त्यामुळे प्रतिक्रिया म्हणून उत्पन्न होणाऱ्या प्रतिक्षिप्त भावनांची तीव्रताही कमी होईल.
- **स्वीकार (Acceptance) तंत्र :** परिस्थिती प्रतिकूल आणि न आवडण्यासारखी असली, आणि ती बदलता येणार नसेल, तर ती स्वीकारायला शिका. 'ठीक आहे. ही परिस्थिती काही कायमस्वरूपी नाहीये. हेही बदलेल, वाईट असले तरी काही आकाश कोसळलेलं नाही', अशा प्रकारचे विचार मनात आणा. असं म्हटलं जातं की, 'If it is inevitable, relax and enjoy.'
- **लेबल लावणं टाळणं :** 'नेहमीच', 'कधीच नाही' असे सार्वत्रिकता (universality) दर्शवणारे आणि इतरांना लेबल लावणारे सरसकट शब्द वापरणं टाळा.
- **स्वत:ला प्रश्न विचारणे (Questioning) तंत्र :** स्वत:च्या क्षमतेवर शंका घेणारे विचार विधानांच्या स्वरूपात न मांडता प्रश्नांच्या स्वरूपात व्यक्त करा. विधानांना उत्तर नसते, प्रश्नांना उत्तर शोधता येते. उदाहरणार्थ, 'माझं नेहमीच चुकतं' असं विधान करण्याऐवजी 'माझं चुकलंय का?' असं विचारा. म्हणजे, चुकलं आहे की नाही, याचं उत्तर शोधता येईल.
- **व्यावसायिक समुपदेशनाची गरज (Professional Counselling) :** तुमच्या नकारात्मक विचारांची तीव्रता खूपच अधिक असेल आणि तुम्ही निराशा, खिन्नता, औदासीन्य (Depression) या भावनांचे शिकार होत असाल, तर मग तुम्हांला व्यावसायिक समुपदेशनाची गरज असू शकेल. अशा वेळी 'आकलन आणि वर्तन उपचार पद्धती' (Cognitive Behavior Therapy), 'तर्कशुद्ध

भावनिक आणि वर्तणूक उपचार पद्धती' (Rational Emotional Behavior Therapy - REBT) अशांसारख्या प्रगत आधुनिक मानसोपचार तंत्रांचा वापर करणे जरुरी असू शकेल.

- **स्वत:ची प्रार्थना तयार करणं, स्वयंसूचना (Auto-suggestion) आणि सकारात्मक अनुमोदन (Positive Affirmations) तंत्र :** यांचा वापर केल्यामुळे चांगल्याच गोष्टी होणार आहेत, असा आत्मविश्वास बाळगा. दररोज उठल्याबरोबर या तंत्राचा वापर करून स्वत:ला बजावा की, आज मी रात्री झोपेपर्यंत राग, लोभ, मत्सर यांना तडीपार करेन... इतरांमधलं चांगलं तेच बघेन... सर्वांचं हित चिंतेन... सकारात्मक विचार करेन... आणि आजचा दिवस आनंदात घालवेन.

दिवसभरात केलेल्या विचारांचा आढावा रात्री झोपताना नेमाने घ्या. समजा, तुम्ही अधिक प्रमाणात नकारात्मक विचार केला असेल तरी हरकत नाही. 'मी असा विचार केला ही चूक केली. उद्या मात्र फक्त सकारात्मक विचारच करायचा!' अशा शब्दांनी स्वत:ला आश्वस्त करत आशावाद जागा ठेवा. असं दररोज केलं तर कालांतराने आपण नक्कीच सकारात्मक विचार करायला लागतो.

एखाद्या वहीत सर्व नोंदी ठेवा. म्हणजे, तुमची प्रगती किती होत आहे आणि कुठे अधिक प्रयत्न करायला हवे आहेत, हे लक्षात येईल.

या महिन्याचा मंत्र

आपल्याला 'काय हवंय आहे?' यापेक्षा आपल्याकडे 'काय आहे?'
आणि
ते आपण योग्य प्रकारे वापरतो आहोत का, हे बघणं गरजेचं आहे.

महिना
९

पहिला आठवडा
सात घातक सवयी

सात घातक सवयी म्हणजे हे सात राक्षस, यांना हुसकावून लावणं महत्त्वाचं :

१. शिक्षा करणं
२. तक्रार करणं
३. आरोप करणं
४. धमकावणं
५. मागे लागणं
६. टीका करणं
७. लाच देणं

अशा या सात घातक सवयींची ताबडतोब हकालपट्टी करायला हवी.

आपल्यापैकी अनेक जण नकळत या सातही पापांचे धनी होतात. या सवयींपायी कालांतराने आपल्या नातेसंबंधांवर प्रतिकूल परिणाम होतो. म्हणूनच, वेळीच या सवयींची जाणीव करून घेत त्यांच्या जागी हितकारक सवयींची जोपासना करणं केव्हाही अधिक योग्य ठरतं. नातेसंबंध पक्के व्हावेत, ते अधिक टिकावेत, असं वाटत असेल, तर परिणामकारक संवाद हवाच!

आरोग्य, आर्थिक स्थैर्य, सकारात्मक सामाजिक आंतरक्रिया, प्रदीर्घ आयुष्य या चांगल्या बाबी! आयुष्यात कायम राहण्यासाठी आणि घातक गोष्टी आयुष्यातून दूर व्हाव्यात यासाठी एकच उपाय आहे; तो म्हणजे वाईट सवयींचा त्याग करणं. या धोकादायक सवयींतून बाहेर येत अधिक आरोग्यदायी पर्याय स्वीकारण्यासाठी आपण समजूनउमजून पावलं उचलली पाहिजेत. असं करण्याने आपल्याला अधिक दर्जेदार

आयुष्य जगता येईल, समाजाप्रति अनुकूल योगदान देता येईल. या वागणुकीसमवेत येणाऱ्या जोखमीसुद्धा आपण लक्षात घ्यायला हव्यात. आवश्यक बदल करण्यासाठी काय करायला हवं, हे आपल्याला ठाऊक असायला हवं.

१. शिक्षा करणं

शिक्षा करण्याचा नकारात्मक परिणाम होतो. एखाद्याला शिक्षा मिळाली की त्यातून तिरस्कार निर्माण होऊ शकतो, अन्यायाची भावना डोकं वर काढू लागते. यातून वागणूक प्रतिकूल घडू लागते. यातून कदाचित शिक्षा आणि भांडण करण्याची खुमखुमी असं एक चक्र सुरू होऊ शकतं. याचा सकारात्मक संवादावर विपरीत परिणाम होऊ शकतो. इतकंच नव्हे; शिक्षा केली गेली तर 'अशी शिक्षा करणारा' आणि 'अशी शिक्षा भोगणारा' या दोन्हींत सत्तेचा असमतोल निर्माण होऊन त्यातून असुरक्षितता आणि भीती या भावना डोकं वर काढू लागतात. शिक्षा हा केवळ शेवटचा उपाय म्हणून आणि अतिशय काळजीपूर्वक वापरायला हवा. शिक्षेशिवाय पर्यायच नसेल, गैरवर्तणुकीच्या तुलनेत ती योग्य असेल, तेव्हाच तिचा वापर केला जावा. दुसऱ्याचा अपमान करण्यासाठी किंवा त्याचा छळ करण्यासाठी कधीही शिक्षा करता कामा नये. शिक्षेच्या माध्यमातून काहीतरी शिकवलं गेलं पाहिजे, मार्गदर्शन मिळालं पाहिजे. शिक्षा म्हणजे 'शिक-शिका' असली पाहिजे. इथे पुन्हा एकदा लक्षात घ्या की, दुसऱ्याला सजा देण्याच्या हेतूने शिक्षेचा वापर न होता विकास आणि काहीतरी शिकणं यासाठी ती वापरली गेली पाहिजे.

२. तक्रार करणं

तक्रार करत राहण्याची सवय धोकादायकच आहे. त्याचा आपल्या वृत्तीवर आणि जीवनाकडे पाहण्याच्या दृष्टीवर प्रतिकूल परिणाम होऊ शकतो. त्यापायी आपण नकारात्मक मनोवृत्ती धारण करू शकतो. कदाचित, विनाशक सवयींकडे आपण वळू शकतो. इतरांवर संताप/उद्वेग काढू शकतो, स्वतःला अपाय करून घेऊ शकतो. अशी नकारात्मक वृत्ती निर्माण झाली तर तक्रार करत राहणाऱ्या व्यक्तीपासून दूर राहण्याच्या नादात स्वतःला कोंडून घेण्यासारखे प्रकार घडू शकतात. वारंवार असं झालं की, अशा लोकांना एकटेपणा भेडसावू लागतो, नैराश्याची भावना ग्रासू लागते. तक्रारी करत राहण्याच्या सवयीपायी आयुष्याचं नुकसान होऊ शकतं, हे लक्षात घ्यायलाच हवं. तक्रारी करत राहणं टाळायलाच हवं.

३. आरोप करणं

आरोप करणं, दोष देणं, ठपका ठेवणं : या सगळ्यांचा अर्थ एकच. एखाद्या परिस्थितीतून नकारात्मक निष्पत्ती हाती येते तेव्हा कुणालातरी त्यासाठी जबाबदार धरणं. एखादी व्यक्ती चुकली आहे, तिला अपराधी वाटत आहे, असं वाटलं की त्या व्यक्तीने केलेल्या कृतीसाठी किंवा घेतलेल्या निर्णयासाठी तिला जबाबदार धरता येतं. अनेकदा आपल्या कृतीची जबाबदारी घेणं टाळण्यासाठी लोक 'आरोप करणं' हा प्रकार अवलंबतात. आपण एक लक्षात घ्यायला हवं की, आरोप करण्यातून अविश्वास आणि असुरक्षिततेचं वातावरण निर्माण होऊन त्यातून त्वेष, संताप आणि कडवटपणा निर्माण होतो. दुसऱ्या कुणावरतरी दोष ढकलून देऊन समस्या सुटत नसते, तर त्यातून संघर्षाला अधिक वाईट रूप येऊ शकतं.

४. धमकावणं

हा प्रकार अतिशय आक्षेपार्ह आहे. त्यापायी दहशतीचं आणि विरोधी वातावरण तयार होऊ शकतं. एखाद्यावर नियंत्रण ठेवण्यासाठी जबरदस्ती, जुलूम, बळजबरी किंवा लबाडी केली जाऊ शकते. भीती निर्माण करणं किंवा इजा करणं हा हेतू असेल तर अशी दहशत गुन्हा ठरू शकते. एखाद्या व्यक्तीला भीती वाटून ती सामान्यत: जी गोष्ट करणार नाही, ती तिला करायला लावण्यासाठी धाकदपटशा दाखवणं, धमकावणं या गोष्टी केल्या जाऊ शकतात. एखाद्याला दाबून टाकण्यासाठी, गप्प करण्यासाठी, भीतीचं वातावरण निर्माण करण्यासाठी, कमी लेखण्यासाठी धमकावण्याचा उपयोग केला जाऊ शकतो. लेखी किंवा तोंडी धमक्या अथवा शारीरिक इजा होईल अशी धमकी, याला बळी पडणाऱ्या व्यक्तीला गंभीर स्वरूपाच्या मानसिक आणि भावनिक परिणामांना सामोरं जावं लागू शकतं.

५. हात धुऊन मागे लागणं

थोडक्यात, सतत कटकट करणं, डोकं खाणं, तक्रारी-दोषारोप-मागण्या असा कशाचा तरी सातत्याने पाढा वाचणं. समोरच्या व्यक्तीला एखादी गोष्ट करण्यासाठी वारंवार स्मरण करून देणं, टीका करणं, दडपण आणणं हे यात अंतर्भूत आहे. सतत आणि वैताग येईल इतक्यांदा सांगितलं जातं. निष्क्रिय-भडक मार्गाने राग, संताप, नैराश्य व्यक्त केलं जाऊ शकतं; नाती तुटू शकतात. अत्यंत चीड किंवा संताप जाणवू शकतो. त्यातून, भुणभुण करण्याची सवय सोडणंसुद्धा फार कठीण जातं. प्रेरणा नसणं, ध्येयाप्रति वाटचाल न करणं यातून असमाधानाची भावना तीव्र होऊ शकते. मागे लागण्यापायी

विश्वास आणि आदर या दोन्हीला धक्का लागू शकतो, नात्याचं कायमचं नुकसान होऊ शकतं.

६. टीका करणं

सततच्या टीकेपायीसुद्धा आपण नाती बिघडवू शकतो. टीका विनाशक, विघातक आणि हानिकारक ठरू शकते. त्यातून दोन व्यक्तींमध्ये तेढ, अविश्वास, तिरस्काराची भावना निर्माण होऊ शकते. दुसऱ्याबद्दलचं आपलं मत आपण कसं प्रकट करतो, हे महत्त्वाचं असतं. प्रामाणिक शब्दांत, स्वच्छपणे आणि आदरपूर्वक विधायक पद्धतीने टीका करणं योग्य ठरू शकतं. आपल्यावर टीका झाली तर त्याचा स्वीकार करत त्यापासून शिकण्याची आपली तयारी हवी. नव्हे, ते गरजेचं आहे. टीकेचा वापर असा केल्याने आपण आपले नातेसंबंध दृढ करू शकतो, एकत्र विकास करून घेऊ शकतो. टीका ही नेहमी नकारात्मकच असते, असं नाही. त्याद्वारेसुद्धा वाढ आणि विकास साधता येतो. विधायक संवादात सहभागी होत आपण विश्वास जोपासू शकतो, एकमेकांना अधिक समजावून घेऊ शकतो.

७. लाच देणं

सत्ता हातात असलेल्या व्यक्तीला लाच देणं म्हणजे त्यांना भेटवस्तू किंवा पैसे देणं. सार्वजनिक कॉंट्रॅक्ट आणि सरकारी खरेदी व्यवहार अशा ठिकाणी भ्रष्टाचार आणि स्रोतांचा गैरवापर यांचा धोका फार मोठा असतो. लाच देणं-घेणं या पायी त्यात गुंतलेल्या कंपन्यांमध्ये गैरस्पर्धा होऊ शकते.

लाच देण्यातून नात्यात एक प्रकारे हक्काचा दावा केला जातो. लाचेमुळे गैर आणि वाईट वर्तनाला चालना मिळू शकते. वाईट वागणुकीला चालना मिळू शकते. नात्यातला विश्वास कमी होऊ शकतो. चुकीचे धडे गिरवले जातात. चुकीचे निकष प्रस्थापित होतात. ते सारं पूर्ववत करणं कठीण असतं. फसवाफसवीमुळे कालांतराने नाती मिटू शकतात.

या सर्व सवयींमुळे आपलं आयुष्य नासू शकतं, हे एव्हाना तुमच्या लक्षात आलंच असेल. यातून बाहेर पडायला चांगले मार्ग आहेत. तेव्हा, घाबरू नका! छोटी-छोटी पावलं उचलत राहायची, थांबायचं नाही, माघार घ्यायची नाही, नाउमेद व्हायचं नाही. जोडीला थोडी सकारात्मकता असणारं वातावरण निवडायचं. जवळच्या लोकांना कल्पना द्यायची, तुमच्या निश्चयाची आणि त्यापासून तुम्हांला ढळू न देण्याची

जबाबदारीही सोपवायची. शिवाय, तुम्ही नकारात्मक प्रभावाखाली तर येत नाही, याकडेही लक्ष ठेवायला सांगायचं.

वेळ लागणारच आहे. संयम खूप आवश्यक आहे. पण लक्षात ठेवा; या वाईट सवयींतून स्वतःला बाहेर काढणं अशक्य नक्कीच नाही. हळूहळू त्या जागी चांगल्या सवयी जोपासायच्या, त्याही तुमच्या तुम्हीच!

स्वाध्याय

आपल्या तीन आरशांचा वापर करून शोधून काढा –

- या सवयींना तुम्ही बळी पडला आहात असं तुम्हांला वाटत असेल, तर ज्या कुणावर तुमचा विश्वास आहे त्यांच्याशी बोला किंवा मानसोपचार / वर्तनोपचार तज्ज्ञांची मदत घ्या. त्यानुसार स्वतःमध्ये बदल करा. अजूनही वेळ गेलेली नाही. आजपासून आरोग्यदायी जीवनशैली जगायला सुरुवात करा.
- या वाईट सवयी तुम्हांला असोत अथवा नसोत; त्यासोबत असलेल्या जोखमी तुम्हांला माहीत असणं गरजेचं आहे. या सवयी कमी करून किंवा त्यातून बाहेर येऊन तुम्ही स्वतःचं आरोग्य आणि स्वास्थ्य सुधारू शकता. बदल करायला कोणतीही वेळ चांगली असते. 'उशीर झाला, आता उपयोग नाही' असं होत नाही.

●●●

दुसरा आठवडा
घातक सवयींवर मात

स्वयम् ३६५' हा आहे उपाय सर्वांगीण विकासासाठी! हा एक उपाय नसून अनेक उपायांची मालिका आहे, जी इथे दिली आहे. या उपायांवर तुम्ही काम सुरू केलं की तुम्हांला शरीर-मनाचा एकोपा जाणवू लागेल. उद्दिष्टं निश्चित करणं, प्रगतीचा आढावा घेणं, तुमच्याप्रमाणेच ज्याला या विषयात स्वारस्य आहे त्याच्याशी जोडलं जाणं तुम्हांला शक्य होईल. परिणामतः, तुम्ही अधिक कार्यक्षम व्हाल, तुमची एकाग्रता वाढेल, तुम्ही तुमची उद्दिष्टं साध्य कराल. तुमच्या कृती अधिक मनापासून आणि जाणीवपूर्वक होतील.

सात घातक सवयी मोडून काढण्यासाठी आधीच्या प्रकरणातील स्वाध्यायानुसार कृती केल्या असतीलच तुम्ही! त्यानंतर पुढील तंत्राचा उपयोग करून स्वविकासाचा प्रयत्न सुरू करा.

पुढे दिलेल्या सूचनांचा वापर करून या सवयींवर मात करा.

- विधायक टीका करणाऱ्या, अंतर्दृष्टी बहाल करणाऱ्या विश्वासाच्या व्यक्तींचा सल्ला घ्या. त्या अभिप्रायानुसार आवश्यक बदल करा.
- स्वतःची काळजी घेणाऱ्या कृती करत स्वतःच्या शारीरिक, मानसिक आणि भावनिक स्वास्थ्याची काळजी घ्या. व्यायाम, ध्यानधारणा, माइंडफुलनेस, पुरेशी झोप, योग्य आणि पोषक आहार; तसंच छंद, मनोरंजन यांसारख्या आनंददायक कृतींसाठी वेळ देण्यातून स्वास्थ्य चांगलं राहायला मदत होईल.

- स्व-विकासाला पोषक सकारात्मक सवयी आणि दिनचर्या जोपासा. कृतज्ञता व्यक्त करणं, झोपेच्या वेळा नियमितपणे सांभाळणं, आणि वेळेचं उत्तम व्यवस्थापन करणं यातून तुम्ही सकारात्मक मनोवृत्ती जोपासू शकता.
- तुमच्या विकासाला हातभार लावणाऱ्या, तुम्हांला प्रेरित करणाऱ्या लोकांबरोबर राहा. तुमच्याशी मिळतीजुळती वृत्ती असणाऱ्या, तुम्हांला प्रेरित करू शकणाऱ्या, वेळप्रसंगी तुम्हांला आव्हान देणाऱ्या व्यक्तींशी या प्रवासाबद्दल बोला, त्यांचा सल्ला घ्या, गरज असेल तेव्हा त्यांनाही सहकार्य करा.
- आव्हानं स्वीकारा. आपल्या कम्फर्ट झोनबाहेर पडा. नव्या अनुभवांचा स्वीकार करत आपली मर्यादा थोडी अधिक ताणलीत, तर वैयक्तिक वाढ होत तुम्ही अमूल्य अनुभव मिळवू शकाल. जोखीम स्वीकाराल तर आत्मविश्वास वाढेल, स्वतःला नीट समजून घेता येईल, जीवनाचं अधिक अप्रूप वाटेल. नवनवी उत्कटता गवसेल, वेगवेगळ्या विषयांत रुची वाढू लागेल.
- नव्याचा शोध लावा. दर दिवशी काहीतरी शिकून आपल्या ज्ञानभांडारात भर घालण्यासाठी वेळ काढा. ऑनलाइन अभ्यासक्रमांना प्रवेश घ्या, पॉडकास्ट ऐका. कार्यशाळेत जा. स्वतःचं उद्दिष्ट साध्य करण्यासाठी मदत करू शकणाऱ्या कृतींवर आपलं लक्ष केंद्रित आहे ना, याची खात्री करा.
- येणारे अनुभव, जाणवणाऱ्या भावना आणि शिकलेले धडे यांचं मनन करण्यासाठी वेळ काढा. आपल्या वर्तणूक नोंदींसाठी एखादी नोंदवही (जर्नल) तयार करा. त्यात स्वतःचे विचार, प्रगती आणि अंतर्दृष्टी यांची नोंद करा. मनन करणं आणि जर्नल लिहिणं यातून मौल्यवान अशी स्व-जाणीव विकसित करत तुम्ही आपल्या प्रगतीचा आढावा घेऊ शकता. शिवाय, यशप्राप्तीच्या मार्गात आडव्या येणाऱ्या मुद्द्यांचा परामर्श घेणंही शक्य होईल. यशाची दखल घेणं, सामर्थ्य लक्षात घेणं हेही जमू शकेल. मुख्य म्हणजे, उद्दिष्ट-निश्चिती करत त्याचाही आढावा घेता येईल.

वैयक्तिक विकास ही सतत सुरू राहणारी प्रक्रिया असून त्यासाठी बांधिलकीची जाणीव, सातत्य आणि मनन यांची गरज आहे, हे लक्षात ठेवा. प्रत्येक दिवशी शिकण्याची आणि विकसित होण्याची संधी असतेच. आनंदाचा अनुभव हा तत्काळ मिळतो. तो कितीही मस्त असला तरी तोही सरणार असतो. आरोग्यदायी जीवन

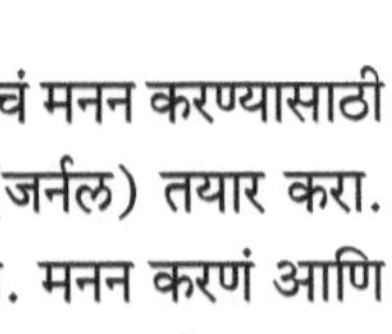

म्हटलं की आनंदाचे क्षण त्यात असणारच; हे खरं असलं तरी संतोष आणि समाधान देणारं आयुष्य जगताना अस्तित्वासाठी निव्वळ आनंद पुरेसा नाही, हेही तितकंच खरं!

स्वाध्याय

'स्वयम् ३६५'चे वाचन आणि उपयोग सुरू केल्यापासून तुमच्यात झालेल्या बदलांच्या नोंदी केल्या आहेत ना? आपल्या या प्रवासाचा आढावा घ्या.

●●●

तिसरा आठवडा
आयुष्याची त्रिमिती

यांचं परिमाण पाहण्यासाठी विविध दृष्टिकोनांचा वापर केला जाऊ शकतो.

पहिला दृष्टिकोन

- आरोग्य, फिटनेस, आहार आणि झोपेच्या सवयी हे सर्व आपल्या जीवनातील भौतिक परिमाणांचा भाग आहेत.
- आपले भावनिक आणि मानसिक आरोग्य जपणे; तसेच तणाव आणि चिंता यांचा सामना करण्याची आपली क्षमता हे सर्व भावनिक परिमाणांचे भाग आहेत.
- मित्र, कुटुंब आणि समाज यांच्याशी असलेले संबंध, आपण इतरांशी कसा संवाद साधतो आणि आपल्या समुदायांमध्ये आपला सहभाग हे सर्व सामाजिक परिमाणांचे भाग आहेत.
- बौद्धिक परिमाण आपले ज्ञान, कौशल्ये आणि सर्जनशीलता मोजते.
- आध्यात्मिक परिमाणामध्ये आपल्या श्रद्धा, मूल्ये आणि उद्देशाची भावना समाविष्ट असते.

सर्वेक्षणे किंवा मूल्यांकन करून, जर्नल ठेवून, इतरांकडून अभिप्राय मागवून किंवा प्रत्येक क्षेत्रातील व्यावसायिकांशी सल्लामसलत करून हे परिमाण मोजणे शक्य आहे.

दुसरा दृष्टिकोन : जीवनाचं आकारमान

आकारमान = लांबी × रुंदी × उंची

आपल्या आयुष्याचं आकारमानही याच त्रिमितीवरून मोजता येईल.

आयुष्याची लांबी

जन्म आणि मृत्यू यामधील अंतर, म्हणजे आपल्या आयुष्याची लांबी.

सर्वप्रथम विचार स्वतःचा, स्वतःवर प्रेम करायला शिकलं पाहिजे. स्व-विकास, स्व-कल्याण म्हणजेच आपल्या आयुष्याची लांबी, ज्यामुळे स्वतःचं ध्येय आणि महत्त्वाकांक्षा यांपर्यंत पोहोचता येईल.

**जीवन जसं आहे तसं स्वीकारायचं, की
जीवन जसं हवंय आहे तसं जगायचा प्रयत्न करायचा?
असा प्रश्न स्वतःला विचारू या.**

काही जण भावनिक संघर्षामध्ये अडकतात, भावनेच्या गर्तेत खोलवर रुतून बसतात, स्वतःला असहाय समजतात. काही जण दुसऱ्यांना आदर्श बनवून त्यांच्यासारखंच जगण्याचा प्रयत्न करतात, त्यांची नक्कल करतात आणि आपल 'स्व' हरवून बसतात. प्रत्येक माणूस अद्वितीय आहे, त्यामुळे त्याने स्वधर्म न सोडता ठामपणे स्वतःशी म्हणायचं की, 'मीच माझा मित्र, बंधू, सखा'! आणि त्या दृष्टीने वाटचाल करायची. श्रीमद् भगवद्गीतेतही हीच शिकवण आहे.

स्वतःचं स्वतःशी नातं हे स्नेहपूर्ण असेल, प्रेमाचं असेल, तर आणि तरच, आपण दुसऱ्या नात्यांकडे प्रेमभावाने बघू शकू, असं म्हटलं तर चुकीचं होणार नाही.

एका अर्थाने हे परिमाण स्वार्थी आहे. पण निरोगी स्व-कल्याण केल्याशिवाय दुसऱ्यांना समाधानकारक पुरेशा प्रमाणात आपण मदत करू शकत नाही, त्यासाठी स्वतःला सक्षम करणं गरजेचं असतं. आपल्या आयुष्याचं प्रयोजन काय? मला कुठे पोहोचायचं आहे? माझ्या आयुष्याचं काय करायचं? हे आपणच ठरवायचं. कारण आपणच आपल्या आयुष्याचे शिल्पकार आहोत.

**स्वतःची प्रगती हे केवळ जगणं नाही;
ती उत्तम आणि परिपूर्ण जगण्याची तयारी आहे.**

आयुष्याची रुंदी

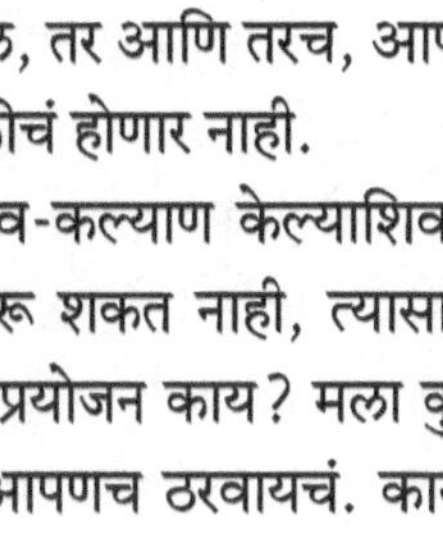

स्व-विकास झाला... यशाच्या शिखरावर विराजमान झालो... आता पुढे? आयुष्याच्या परिपूर्णतेकडे जाऊ शकू का या पुंजीवर? कदाचित नाही.

आता गरज आहे रुंदीची. आणि याचं परिमाण 'लांबी + रुंदी' असं नसून, 'लांबी × रुंदी' असं आहे.

काही जण आपला प्रवास पहिल्या, म्हणजेच लांबी या पैलूच्या पलीकडे नेत नाहीत. या पृथ्वीतलावर आपल्याशिवाय कोणी राहतच नाही असं यांना वाटतं. स्वत:पलीकडे यांच्या विचारांची उंची नसते. इतरांनाही ते स्वत:च्या फायद्यासाठी वापरतात. पण इथे विचार करण्याची गरज आहे की, आपल्या पलीकडेही एक जग असतं, आपल्या उत्कर्षामध्ये इतरांचाही हात आहे; आणि आता वेळ आहे याची जाण ठेवण्याची, हे ऋण फेडण्याची!

वैयक्तिक प्रगतीमध्ये माणसाने किती काळ रमावं?
आपल्या कक्षा रुंदावायच्या असतील तर
आयुष्याचं चित्र विशाल करायला हवं.

आता वेळ आली आहे स्वत:ला कुरवाळत न बसता दुसऱ्यांचा विचार करण्याची. दुसऱ्यांना मदत करण्याचे खूप मार्ग आहेत. मात्र, आपण करत असलेल्या मदतीचा वृथा अभिमान न बाळगण्याचे भान आवर्जून ठेवायला हवे.

'मी या माणसाला मदत करायचं थांबवलं तर माझं काय होईल?' हा प्रश्न योग्य नाही. कारण इथे विचार सर्वप्रथम 'स्वत:चा' असतो.

यापेक्षा स्वत:ला असा प्रश्न विचारायला हवा की, 'मी मदत करायची थांबवली तर या माणसाचं काय होईल?'

इथे दुसऱ्या माणसाचा विचार आधी असतो.

आपण किती सुंदर आहात, आपल्याकडे किती पैसा आहे, आपण किती मोठ्या घरात राहतो, आपण आपल्याला किती यशस्वी मानतो; यापेक्षाही माझ्या आयुष्याची रुंदी किती आहे, मी दुसऱ्यांना किती मदत करतो, किती जणांच्या आयुष्यात माझ्यामुळे आनंद निर्माण झाला आहे, यांची उत्तरं मिळणं महत्त्वाचं ठरतं.

इतरांच्या कल्याणाची ही भावना विस्तारणे म्हणजे आयुष्याची रुंदी विस्तारणे.

समाजातल्या ज्या लोकांना मदतीची गरज आहे त्यांना मदत करून, बघू या आपल्या आयुष्यात किती फरक पडतो ते!

आयुष्याची उंची

इथेच नाही थांबायचं, जायचं आता क्षितिजापलीकडे!

लांबी झाली गुणिले रुंदीही झाली. आता थांबायचं का? अजिबात नाही. कारण विचार करा, याला उंचीची जोड मिळाली तर आकारमान किती पटीने वाढेल?

परंतु उंची वाढवायची म्हणजे काय करायचं?

विचारांची उंची वाढवायची, सुंदरतेचे पुजारी व्हायचं!

इथे 'सुंदर' हे विशेषण दिसण्याला नसून विचारांना आहे. सुंदर विचारांमध्ये राग, लोभ, मद, मत्सर, मोह-माया, अपेक्षा यांना स्थान नाही.

शिव-पार्वतीचा अर्थ काय? कोण आहेत हे शिव-पार्वती?... देव? माहीत नाही.

पण हे आपल्या मनातले आपले मित्र आहेत, हे निश्चित! शिव म्हणजे आपल्या मनातली कल्याणकारी भावना (आपली रुंदी); आणि पार्वती म्हणजे आपल्या विचारांची उंची, जी पर्वताएवढी असायला हवी.

अंगात कृतज्ञता आणि क्षमाशील वृत्ती असली तर विचारांची उंची पर्वताएवढी होते.

मानवतेच्याही पल्याड जाऊन दैवी स्वभावाशी आपण स्वतःला जोडू या.

स्वाध्याय

काय आहे तुमच्या आयुष्याची त्रिमिती?

जेव्हा आपण ही त्रिमिती जगू, तेव्हा आपलं जीवनक्षेत्र पूर्ण होईल.
आपण संपूर्ण आयुष्य परिपूर्ण जगू शकू, आता पश्चात्ताप नाही, खंत-खेद नाही,
आहे ते फक्त समाधान, आनंद आणि सुंदरता!

- मार्टिन ल्यूथर किंग, ज्युनियर यांचा 'द थ्री डायमेंशन्स ऑफ ए लाइफ' हा लेख या लेखनासाठी उपयुक्त स्रोत आहे.
- 'सौंदर्य आणि शिव-पार्वती' या दोन शब्दांचा वेगळा आणि सुंदर विचार दिल्याबद्दल रवी परांजपे या सुप्रसिद्ध कलाकाराचे आभार!

चौथा आठवडा
‘अग्ली डकलिंग सिंड्रोम’

शांताला ‘कुरूप’ असल्यासारखं वाटत होतं. ‘अग्ली डकलिंग सिंड्रोम’ अशी तिची अवस्था आहे. यामध्ये आपण सगळ्यांत बसत नाही, आपली इतरांना कदर वाटत नाही, असं वाटत राहतं. त्यातून स्वत:बद्दल साशंकता निर्माण होते, स्व-सन्मान खालावतो, एकटेपणा वाढीला लागतो. हे असे भाव मनात आले तरी ते आपल्या मूल्यांचं योग्य मापन करत नसतात, हे इथे लक्षात घ्यायला हवं.

एकटेपणा वाटून स्वत:ला कोंडून घ्यावसं वाटू शकतं, शारीरिक आणि मानसिक समस्या जाणवू शकतात. स्वत:च्या क्षमतेवरचा विश्वास उडू लागतो. आपणच आपली कदर करेनासे होतो. इतरांपेक्षा वेगळं आणि अनाकर्षक असल्यागत वाटतं, विविध सामाजिक-वैयक्तिक परिस्थितीत बाजूला पडल्यासारखं वाटतं. हॅन्स ख्रिश्चन अँडरसन्स यांच्या ‘द अग्ली डकलिंग’ या कथेवरून ही संज्ञा वापरात आली.

सुरुवातीला, एका छोट्या पिल्लाला सगळे हाडहूड करतात. त्याला कुरूप, वेडा ठरवतात. काही दिवसांनी त्याचं एका सुंदर, डौलदार हंसात रूपांतर होतं आणि सगळे त्याचा स्वीकार करतात. ‘आपण सर्वांचे आहोत आणि सारे आपले’ ही भावना त्याच्या मनात जागते.

> शांताच्या बालपणाबद्दल तिच्याकडून जाणून घेतल्यावर माझ्या लक्षात आलं, की तिच्या आईवडिलांनी तिचा फार छळ केला होता. त्या छळाने तिचा बळी घेतला होता. आईवडिलांना वाटणाऱ्या असुरक्षिततेपायी त्यांनी तिला फार वाईट पद्धतीने वाढवलं होतं. ते तिला वाईट वागवतात हे पाहून

शेजारीपाजारी आणि नातेवाईकदेखील तिच्याशी तसंच वागत. मी तिच्यावर उपचार केल्यावर तिचं रूपांतर एका सुंदर, डौलदार हंसात झालं.

डौलदार कशाला म्हणायचं?... मोहक, आकर्षक, स्टायलिश, सुसंस्कृत आणि अभिरुचीसंपन्न! अशी व्यक्ती जिच्यात साधेपणा, सौंदर्य आणि कौशल्य यांचा संगम झाला आहे. या सगळ्यांमुळे पाहणाऱ्यांना सुखकर अनुभव मिळतो. जे डौलदार असतं त्यातून उच्च दर्जा प्रतीत होतो, ते कालातीत असतं आणि त्यात अभिजातता असते.

हा सिंड्रोम तात्पुरता असून त्यावर उपचाराने मात करता येते. 'अग्ली डकलिंग सिंड्रोम'मधून बाहेर पडायचं असेल तर सर्वप्रथम स्वतःला स्वीकारण्याची तयारी हवी. वैयक्तिक विकास आणि आनंद यासाठी आवश्यकता आहे, स्वतःचा आहे तसा स्वीकार करत स्वतःवर भरभरून प्रेम करण्याची! 'आपण वैशिष्ट्यपूर्ण आहोत', याचा स्वीकार सर्वप्रथम करा. आपल्या बलस्थानांवर लक्ष केंद्रित करा. स्वतःभोवती सकारात्मक प्रभाव राहील, याकडे लक्ष द्या.

शांताला 'अग्ली डकलिंग सिंड्रोम'वर मात करता यावी म्हणून मी पुढील बाबींवर लक्ष केंद्रित केलं :

- प्रत्येकाचा आपला एक जीवनप्रवास असतो आणि त्यानुसार स्वतःला स्वीकारण्याची तयारी केली पाहिजे. आपल्याला वैशिष्ट्यपूर्ण करणाऱ्या क्षमता आणि बलस्थानं यावर लक्ष केंद्रित करायला हवं.
- तुम्ही जे आणि जसे आहात तसा तुमचा स्वीकार करणारे, तुमचं मूल्य जाणणारे, तुम्हांला आधार देणारे गुरू, मित्र-मैत्रिणी आणि कुटुंबीय शोधा. त्यांनी तुम्हांला प्रोत्साहन दिलं की तुमच्या मनात उमटणाऱ्या नकारात्मक भावनांना आव्हान द्यायला, त्यांना घालवून द्यायला मदत होईल.
- आत्मटीका, नकारात्मक स्व-दृष्टिकोन यांच्यावर मात करण्यासाठी तुमची बलस्थानं आणि गुणवैशिष्ट्यं यांची स्वतःला आठवण देत राहा. सकारात्मक पुष्टीकरण विधानांचा (Positive Affirmations) सराव करत राहा.
- स्वतःवर प्रेम करणं, स्वतःची काळजी घेणं या गोष्टींना प्रोत्साहन देणाऱ्या गोष्टी अंगीकारा. स्वतःच्या शारीरिक, मानसिक आणि भावनिक स्वास्थ्याची आवर्जून काळजी घ्या. तुम्हांला सुख देणाऱ्या, तुमचा आत्मविश्वास वाढवणाऱ्या छंदांत, कृतीत सहभागी व्हा.

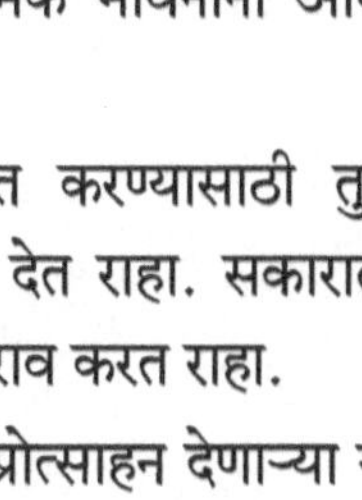

- लवचीकपणा स्वीकारा. प्रत्येकाला आव्हानांचा सामना करावाच लागतो, हे लक्षात घ्या. आपली कौशल्यं विकसित करा, नव्या गोष्टी शिका, व्यक्ती म्हणून विकसित व्हा. अपयश आलं तर स्वतःचा शोध घेण्याची संधी म्हणून त्याकडे पाहा आणि लवचीकपणा स्वीकारून, यश मिळवण्याचा नवीन मार्ग शोधा.
- तुम्हांला एकटेपणा वाटला, स्व-प्रतिष्ठा खालावत आहे असं वाटलं तर विश्वसनीय मित्र/मैत्रीण, कुटुंबीय किंवा कुणी व्यावसायिक मानसिक आरोग्यतज्ज्ञ यांची भेट घ्या. या भावनेतून पुढे जाताना तुम्हांला त्यांच्याकडून आधार आणि मार्गदर्शन मिळू शकेल.

स्वाध्याय

- हॅन्स अँडरसन यांची The Ugly Duckling ही कथा तुम्ही वाचली आहे का? किंवा त्यावर आधारित असलेले 'एका तळ्यात होती बदके पिले सुरेख, होते कुरूप वेडे पिल्लू तळ्यात एक' हे मराठी गाणं ऐकलं आहे का? नसल्यास नक्की कथा वाचा आणि गाणंही ऐका.
- इतरांनी नावं ठेवल्याने तुम्हांला स्वतःमध्ये कमतरता आहे असा 'अग्ली डकलिंग सिन्ड्रोम' आहे का? स्वतःविषयी कधी असं जाणवलं आहे का? असल्यास वर दिलेल्या सूचनांनुसार लगेच काम सुरू करा. स्वतःचे मोल ओळखा आणि स्वतःमधील राजहंस डौलदारपणे बाहेर येऊ द्या. गरज भासल्यास मानसोपचार तज्ज्ञांची मदत घ्या. स्वतःचे मोल ओळखून नवनव्या भराऱ्या घेणे शक्य आहे, हे नक्की लक्षात ठेवा.

●●●

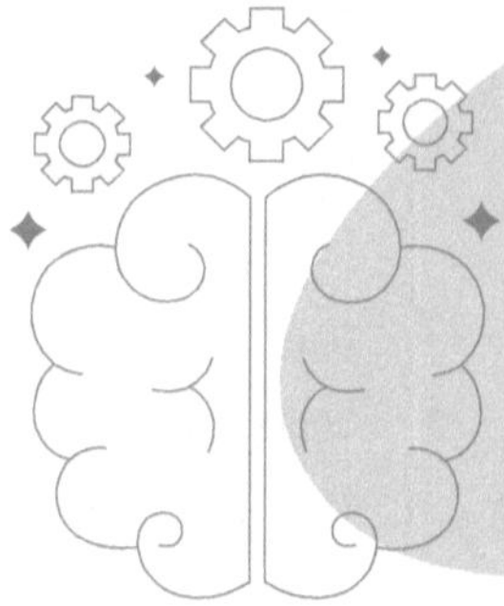

समजून घेऊ...

त्रासदायक विचार बदलणं

विचार बदलण्याच्या प्रक्रियेमध्ये नकारात्मक किंवा निरुपयोगी विचार ओळखणं आणि त्यांना सकारात्मक, वास्तववादी आणि रचनात्मक विचारांमध्ये बदलणं समाविष्ट आहे. यासाठी अनेक मार्ग आहेत. आपण त्यांतील दोन मार्ग बघू या.

पहिलामार्ग

- नकारात्मक किंवा निरुपयोगी विचारांची जाणीव असणं हे त्यांना बदलण्याच्या दिशेने पहिलं पाऊल आहे. तुम्ही चिंताग्रस्त, तणावग्रस्त, दुःखी किंवा रागावलेले असता तेव्हा तुमच्या मनात काय चाललं आहे याचे भान ठेवा. आत्मटीकात्मक, भावनिक गोंधळ उडेल अशी किंवा सरसकट सामान्यीकरण करणारी विधानं टाळा. अशा निरुपयोगी आणि नकारात्मक विचारपद्धती बदला.
- नकारात्मक किंवा निरुपयोगी विचार ओळखून त्यांना आव्हान द्या. ते वास्तववादी आहेत का, याचा विचार करा. ते पुराव्यांवर किंवा गृहीतकांवर अवलंबून आहेत का? आपले नकारात्मक विचार बहुतेकदा आपल्या भीती आणि चिंता यांचे परिणाम असतात. त्यांना अधिक सकारात्मक करा.
- सकारात्मक स्व-भाषणाचा (self-talk) सराव करून तुम्ही तुमचे विचार बदलू शकता. 'मी हे हाताळण्यास सक्षम नाही.' किंवा 'मी प्रेम आणि आदरास पात्र नाही.' यांसारखी टीका करण्याऐवजी तुम्ही 'नाही' या शब्दाऐवजी 'होय' शब्द वापरू शकता.
- समस्यांवर लक्ष केंद्रित करण्याऐवजी, उपायांवर लक्ष केंद्रित करा. परिस्थिती सुधारण्यासाठी तुम्ही काय करू शकता, याचा विचार करा. गुंतागुंतीच्या समस्या लहान-लहान भाग करत सोडवू. गाठी हळुवार पद्धतीने चांगल्या सोडवता येतात.

- सर्जनशील चित्रतंत्र (Creative Visualization) वापरून तुमच्या यशाची किंवा तुमच्या ध्येयांपर्यंत पोहोचण्याची कल्पना करा. सकारात्मक परिणामांवर लक्ष केंद्रित करून, विचार बदलण्यासाठी हे एक शक्तिशाली साधन असू शकते.
- बदल करणं सोपं नाही; पण अशक्यही नाही. यासाठी तुम्ही मित्र, कुटुंब किंवा मानसिक समुपदेशक यांची मदत घेऊ शकता. प्रोत्साहन देण्याव्यतिरिक्त, ते तुमचे विचार बदलण्यासाठी धोरणे विकसित करण्यात मदत करू शकतात.

दुसरा मार्ग : A-B-C-D-E मॉडेल

तर्कसंगत भावनात्मक वर्तणूक उपचारपद्धती (Rational Emotive Behavioural Therapy) हा ABCDE मॉडेलचा आधार आहे. ABCDE मॉडेलनुसार, विचारातील बदलांद्वारे व्यक्तीच्या भावना बदलू शकतात. या थेरपीचा उपयोग करून लोक त्यांच्या नकारात्मक विचारपद्धती ओळखण्यास आणि त्यांना आव्हान देण्यास सक्षम होतात. स्वतःतील नकारात्मकतेवर मात करून सकारात्मक बदल स्वीकारतात.

A : Activating event : चुकीचे विचार मनात सुरू होण्याला निमित्त ठरणारी घटना

B : Belief : घडणाऱ्या घटनेमुळे मनात निर्माण होणारे विचार

C : Consequncies : मनात येणाऱ्या विचारांमुळे शरीरावर आणि मनावर होणारा दुष्परिणाम

D : Disputation : विचारांशी वादविवाद करायचा आणि आपले विचार बदलायचे.

E : Exchange : जुन्या विचारांच्या जागी नवीन विचार घालायचे. आता नवीन विचारांमुळे परिणाम वेगळे होतील.

उदाहरण :

A : घडणारी घटना : माझा मित्र माझ्यावर रागावला होता. त्याने खूप भलंबुरं सुनावलं. त्याच्या प्रतिक्रियेने मी हैराण झाले. माझा दृष्टिकोन त्याला समजावून सांगितला, त्याची माफी मागितली तरी तो ऐकत नव्हता. माझी माफी नाकारून तो निघून गेला.

B : विचार : का मी त्याला माझ्याशी भांडायला लावलं? त्याच्या मनात माझ्याबद्दल इतका राग आहे, की या पुढे मी त्याला गमावून बसेन अशी भीती मला वाटते. तो माझा चांगला मित्र आहे आणि मी त्याला गमावू इच्छित नाही.

C : परिणाम : यामुळे मला वाईट वाटतंय... माझ्या मनात नकारात्मक विचार सुरूच आहेत... मी मनातल्या मनात सतत त्याचाच विचार करत होते... मी अनुभवलेल्या भावना हानिकारक होत्या... भीती, राग, दुःख, निराशा आणि नैराश्य यांनी माझं मन व्यापून गेलं... दिवसभर माझा मूड साफ गेलेला होता.

D : परिणाम बदलण्यासाठी, मला माझे विचार बदलणे आवश्यक आहे. मी माझ्या मनाशी वाद घातला. माझ्या मनात एक नवीन विचार आला...माझा मित्र खूप चांगला माणूस आहे... तो कधीही वाईट शब्द बोलणार नाही... कदाचित त्याचा मूड 'ऑफ' असेल... मी उद्या त्याच्याशी बोलेन.

E : मी ताबडतोब त्याला फोन करून दुसऱ्या दिवशी दुपारी जेवायला बोलावले. त्याने होकार दिला.

आश्चर्याची गोष्ट म्हणजे, माझा मूड लगेच छान झाला आणि मी संपूर्ण रात्र उद्याच्या जेवणाचा आणि गप्पांचा विचार करण्यात घालवली.

माझे विचार बदलल्यामुळे मला माझ्या अस्वस्थता आणि अनिश्चिततेच्या भावनांवर मात करण्यास मदत झाली.

स्वाध्याय

तुम्हांला त्रासदायक असणारे विचार लिहा. आणि त्यांच्या शेजारीच ते विचार खोडून काढणारे युक्तिवाद लिहून काढा. आपल्या मनावरची नकारात्मक विचारांची ओझी काढून फेकून द्या आणि मस्त हलकेफुलके व्हा.

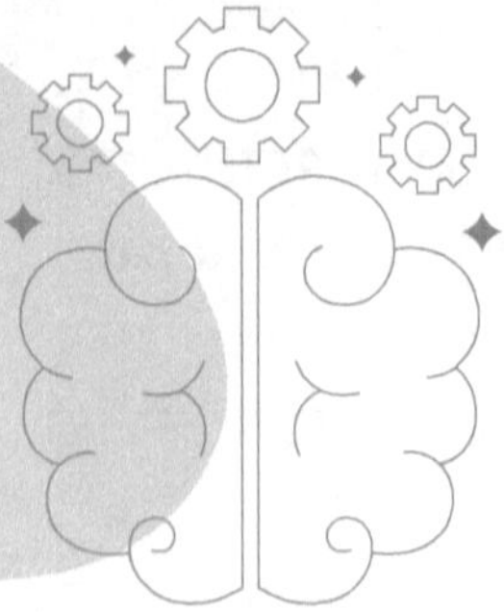

समजून घेऊ...

अपमानाला सामोरं जाणं

अपमान म्हणजे एखाद्याला कमी लेखणं; मग तो अपमान कृतीतून केलेला असेल किंवा बोलण्यातून केलेला असेल. असभ्य, आक्षेपार्ह किंवा अनादर करणारं विधान करणं म्हणजे अपमान करणं.

अपमान पचवणं हे सोपं काम नाही. पण तरीही, त्याचा सामना परिणामकारकरीत्या आणि प्रगल्भपणे करण्यासाठी आपण पुढील सूचनांचा विचार करू शकतो :

- एखाद्या व्यक्तीचा अपमान करणे म्हणजे तिच्याबद्दल असभ्य, आक्षेपार्ह किंवा अनादर करणारे विधान करणे किंवा एखाद्याची बुद्धिमत्ता, दिसणं, क्षमता किंवा चारित्र्य यांना अपमानित करणे किंवा कमी लेखणे आहे.
- अपमान सहन करणे भावनिकदृष्ट्या थकवणारे असते; त्यामुळे स्वतःची काळजी घेणाऱ्या उपक्रमांना प्राधान्य द्या. तुम्हांला आनंददायक वाटणाऱ्या आणि तणाव कमी करणाऱ्या गोष्टींमध्ये व्यग्र राहा.
- अपमान सहन करणं आव्हानात्मक असू शकतं. परंतु ते परिपक्वपणे आणि प्रभावीपणे हाताळण्यासाठी तुम्ही काही पावलं उचलू शकता.
- अपमानाला तोंड देताना काही गोष्टी लक्षात ठेवा : एक क्षण थांबा... दीर्घ श्वसन करा... शांत व्हा. एक लक्षात ठेवा, 'अपमानित करणाऱ्याचे वागणे हे तुमचे प्रतिबिंब नसते, तर ते अपमान करणाऱ्याचे प्रतिबिंब असते. ती त्या माणसाची तुमच्याविषयीची मते असतात; संपूर्ण तुम्ही नाही.' क्षमाशील असणे हे परिस्थिती सुधारण्यासाठीच नाही, तर तुमच्यासाठीही उपकारक असते. तुमच्या आत्मसन्मानावर दुष्परिणाम होऊ देऊ नका. लक्षात ठेवा, तुम्ही सक्षम आणि कणखर आहात. तुमच्याकडील आयुष्यातील चांगल्या गोष्टींचा विचार करा. कुणालाही तुमच्या विचारांवर ताबा मिळवू देऊ नका.

तुमचा अपमान करणाऱ्या व्यक्तीबद्दल तुमच्या भावना आणि प्रतिक्रियांवर नियंत्रण ठेवण्याची शक्ती तुमच्यामध्ये आहे. तुमचा अपमान करणाऱ्या व्यक्तीला तुमच्या भावना शांतपणे आणि एकत्रितपणे सांगा. त्यांचा प्रतिसाद ऐकण्यासाठी वेळ काढा आणि आवश्यक असल्यास 'त्यांचे शब्द का झोंबले' ते स्पष्ट करा. वादात अडकणे टाळा आणि तुमच्या स्वतःच्या भावनांवर लक्ष केंद्रित करा. संघर्ष न करता आपल्या भावना व्यक्त करण्यास घाबरू नका.

हे लक्षात ठेवणे महत्त्वाचे आहे की, सर्व तिरस्कारांचे निराकरण केले जाऊ शकत नाही. काही व्यक्तींसोबतचे आपले संबंध हे त्रासदायक असणार; त्यांच्याकडून केला जाणारा अपमान, तिरस्कार, मत्सर यांचा सामना करावा लागणार. अशा त्रासदायक नातेसंबंधांमधून बाहेर पडणे हे तुमच्या मानसिक-शारीरिक स्वास्थ्यासाठी अपरिहार्य असते. अशा विषारी नात्यांमध्ये अडकून राहून स्वतःची हानी करून घेणे चुकीचे आहे. स्वतःच्या स्वास्थ्याची काळजी घेण्याला प्राधान्य देणे, हे तुमचे प्रथम कर्तव्य आहे.

आपल्या भावनिक स्थितीचे व्यवस्थापन करण्याबद्दल आवश्यक असल्यास एखाद्या मानसोपचार तज्ज्ञाचा सल्ला घ्या.

स्वाध्याय

अपमानाचा बदला, अजून एक अपमान नको.
गाडून टाका नकारात्मक विचार!

तुमचे विचार लिहा.

●●●

समजून घेऊ...

मतभेद ते संघर्ष

मतभेद होणं चुकीचं नसून ते हाताळण्याची पद्धत चुकीची असू शकते.

मतभेदातून संघर्षाकडे नेणाऱ्या पायऱ्या

१. **मतभेद किंवा विचारभिन्नता (Difference of Opinion)** : ही प्रत्येक दोन व्यक्तींमध्ये असते.

२. **चर्चा, वादविवाद (Discussions, Disagreement)** : आपली बाजू मांडणं आणि दुसऱ्याची बाजू समजून घेणं. यात दोन्ही बाजू आपापली भूमिका, मत, त्यामागचा हेतू, त्याची कारणमीमांसा एकमेकांना समजून सांगतात.

३. **तर्क-वितर्क (Presumptions, Arguments)** : तर्क-वितर्कात दोन्ही बाजू एकमेकांची मतं समजून घेतात, जाणून घेतात आणि दोघांच्याही दृष्टीने योग्य असा पर्याय काढतात. यात 'कोण बरोबर?' यापेक्षा 'दोघांसाठी काय बरोबर, काय योग्य' हे विचारात घेतलं जातं.

४. **वितंडवाद (Heated Argumeuts) (तर्क-वितर्काची, वादविवादाची वरची पायरी)** : आपलं म्हणणं दामटणं, बोलताना तोल सुटणं, राग येणं, भावनिक संतुलन न राहणं, कायद्याचा आधार घेणं.

५. **समर / युद्धप्रसंग (Battle)** : एकमेकांना दोष देणं, उणीदुणी काढणं, भूतकाळातील प्रसंग उकरून काढणं, एकमेकांवर कुरघोडी करणं, दुसऱ्याची बाजू ऐकूनच न घेणं, स्वतःच्या मुद्द्यांबद्दल दुराग्रही राहणं.

६. **वैर / खुन्नस (Enmity /Animosity) :** सारं कायमचं संपल्याची भावना. दुसऱ्या माणसाला आपला वैरी मानणं.

पहिल्या तीन पायऱ्यांपर्यंत जाणाऱ्या मतभेदांत फायदे असतात. या पायऱ्यांपर्यंत दोघांनाही एक ध्येय असतं की, एकत्रितपणे चर्चा करून उद्‌भवणारा प्रश्न असा सोडवायचा; जेणेकरून आपल्या नात्याला त्याचा उपयोग होईल, दोघांनाही योग्य मार्ग मिळेल.

शेवटच्या तीन पायऱ्या मात्र नकारात्मक भावना निर्माण करणाऱ्या आहेत.

दोघांकडे अहंकार, गर्व, नकारात्मकता, हट्टीपणा अशा भावना आणि स्वकेंद्रित वर्तणूक असेल तर मतभेद तिसऱ्या पायरीपर्यंत न राहता चौथ्या, पाचव्या आणि शेवटी सहाव्या पायरीपर्यंत जातात. मतभेदांचं रूपांतर संघर्षात, लढाईत, युद्धात होतं, म्हणजेच नातं तुटणं. एकदा सुरू झालेले मतभेद या अंतिम पायरीपर्यंत जाण्यास अजिबात वेळ लागत नाही.

स्वाध्याय

तुमचा वादविवादाचा अनुभव लिहा.

या महिन्याचा मंत्र

अतिशय उपयुक्त आणि उत्कृष्ट अशा सात सवयी :
दुसऱ्याचं बोलणं मनापासून ऐकणं,
स्वत:ला आणि दुसऱ्यांना प्रोत्साहन देणं,
स्वत:ला आणि दुसऱ्याला आहे तसं स्वीकारणं,
स्वत:चा आणि दुसऱ्याचा आदर करणं,
आपापसातले मतभेद सोडवणं,
मदतीचा हात पुढे करणं आणि विश्वास ठेवणं
या सवयींचा सराव करणं हे आनंदी जीवन जगण्यासाठी लागणारे
जीवनकौशल्यच आहे.

महिना
१०

पहिला आठवडा

वय : निव्वळ एक संख्या

वय म्हटलं की तिथे केवळ वर्षांचा हिशेब होत नाही. आपल्या शारीरिक - मानसिक क्षमता, आरोग्य आणि सामाजिक स्थान यांमुळे वयावर लक्षणीय फरक पडू शकतो. शिक्षण, नोकरी-व्यवसाय आणि नातेसंबंध याबरोबरीच व्यक्तीला मिळालेल्या संधी आणि तिच्या अपेक्षा यांचाही वयावर परिणाम होतो. म्हणूनच काही विशिष्ट संदर्भात वय हा सुसंगत घटक मानला गेला पाहिजे आणि वेगवेगळ्या वयोगटांकडे पाहण्याचा आपला दृष्टिकोन त्यानुसार बदलला पाहिजे.

असं म्हटलं जातं की, 'वय ही केवळ एक संख्या आहे (Age is just a number).' म्हणजेच, वय कितीही असलं तरी आपल्याला जे करावंसं वाटतं आहे ते आपण करू शकतो. वयामुळे कुठलीही मर्यादा पडत नाही. प्रत्येकाच्या गरजांचा आदर करावा, त्या लक्षात घ्याव्यात, हेच आपल्याला या तत्त्वज्ञानातून समजतं. 'वय ही केवळ एक संख्या आहे' असं म्हणणं म्हणजे, लोकांना केवळ त्यांच्या जगलेल्या वर्षांवरून न जोखणं; केवळ त्या संख्येवरून त्यांच्या क्षमता, त्यांच्यातील शक्यता किंवा त्यांचे मोल लक्षात येऊ शकतेच, असं नाही.

लोकांना केवळ त्यांच्या वयावरून जोखण्याऐवजी त्यांचा अनुभव, कौशल्यपातळी आणि इतर वैशिष्ट्यांवरून जोखावं. 'विशिष्ट वय म्हणजे विशिष्ट मर्यादा' असा विचार न करता, त्या व्यक्तीकडे असलेल्या अनुभव आणि शहाणपणातून शिकण्याची संधी म्हणून पाहावं. वेगवेगळे अनुभव गाठीशी असलेल्या कोणत्याही वयाच्या व्यक्तीला केवळ वयाच्या मर्यादेमुळे कामाची किंवा एखाद्या अनुभवाची संधी नाकारली जाऊ

नये, अशी संस्कृती समाजात निर्माण होईल तेव्हाच खऱ्या अर्थाने आपण म्हणू शकू, 'वय ही केवळ एक संख्या आहे (Age is just a number).'

वयाच्या वेगवेगळ्या टप्प्यांवर वेगवेगळी काही आव्हाने सामोरी येतात. त्यांना सामोरे जाण्यासाठी अर्थातच आपल्याला स्वतःला तयार करावे लागते.

आयुष्यातल्या पुढच्या टप्प्यासाठी स्वतःला तयार करणं

पुढे दिलेल्या सूचनांचा वापर करून तुम्ही स्वतःला आयुष्यातल्या पुढच्या टप्प्यासाठी सिद्ध करू शकता.

- आयुष्यात पुढच्या टप्प्यावर साधारण कोणती आव्हानं उभी राहतील, कोणते बदल घडून येतील, याचा अंदाज घ्यायला हवा. प्रत्येक व्यक्तीचा अनुभव हा वेगळा असतो. अनपेक्षित आव्हानं किंवा संधी समोर उभ्या राहू शकतात.
- वयाच्या प्रत्येक टप्प्यातील आव्हानांसाठी तयार राहा.
- एखाद्या व्यक्तीने जीवनाच्या वेगवेगळ्या टप्प्यांमध्ये उद्‌भवू शकणाऱ्या आव्हानांची जाणीव ठेवली पाहिजे. त्यांना सामोरं जाण्यासाठी, अधिक चांगल्या प्रकारे तयार होण्यासाठी, आणि त्यांच्याशी लढण्यासाठी सक्रिय उपाययोजना सुरू केली पाहिजे. जशी आपण भविष्यातील खर्चासाठी बचत करण्यास सुरुवात करतो, त्याच प्रकारे प्रत्येक टप्प्यातील वेगवेगळ्या आव्हानांसाठी आपण तयार राहिलं पाहिजे.

आयुष्यातील टप्पे आणि त्यांतील आव्हानं

आयुर्मानाचे टप्पे हे जन्मापासून ते वृद्धापकाळापर्यंत मानवी विकासाच्या वेगवेगळ्या टप्प्यांचा संदर्भ देतात. या टप्प्यांमध्ये हे समाविष्ट आहे :

१. **बाल्यावस्था (० ते २ वर्षे) :** नवजात बालकं जगण्यासाठी पूर्णपणे काळजी घेणाऱ्यांवर अवलंबून असतात. त्यांच्या गरजा पूर्ण करण्यासाठी सतत लक्ष, काळजी आणि संगोपन आवश्यक आहे. बाल्यावस्थेतील सर्वसामान्य आव्हानांमध्ये पोटशूळ, झोपेचा त्रास आणि दात येणे यांचा समावेश होतो.

२. **बालपण (२ ते ६ वर्षे) :** वयाच्या या टप्प्यावर अजूनही संज्ञानात्मक (Cognitive), सामाजिक आणि भावनिक कौशल्ये पूर्णपणे विकसित झालेली नसतात. त्यामुळे त्यांना बऱ्याच गोष्टींसाठी संघर्ष करावा लागतो. त्यांच्या आयुष्यातील बदलाला सामोरे जायला ते घाबरतात. उदाहरणार्थ, शाळेतील प्रवेश.

३. **मध्य बालपण (६ ते ११ वर्षे)** : या वयोगटातील मुलांना अध्ययनातील आव्हानांचा दबाव, समवयस्कांचा दबाव आणि सामाजिक तुलना यांचा सामना करावा लागू शकतो. त्यांना त्यांच्या सामाजिक स्थितीबद्दल अधिकाधिक जाणीव व्हायला सुरुवात होते आणि हे त्यांच्यासाठी मोठं आव्हान ठरू शकतं. या टप्प्यावरील सर्वसामान्य आव्हानांमध्ये समवयस्कांची गुंडगिरी, शैक्षणिक दबाव आणि स्व-सन्मानविषयक जाणिवेची कमतरता (Low Self-esteem) यांचा समावेश होतो.

४. **पौगंडावस्था (१२ ते १८ वर्षे)** : किशोरवयीन मुलांना शारीरिक, भावनिक आणि सामाजिक बदलांसह वैशिष्ट्यपूर्ण आव्हानांचा सामना करावा लागतो. हार्मोन्समधील बदल, मनःस्थितीतील चढउतार, पालकांशी संघर्ष आणि समवयस्कांचा दबाव यांचा अनुभव येऊ शकतो. या वयोगटात आढळणाऱ्या सर्वसामान्य आव्हानांमध्ये स्व-ओळख, अमली पदार्थांचा गैरवापर आणि समवयस्कांचा दबाव यांचा समावेश होतो.

५. **तारुण्य (१९ ते ४० वर्षे)** : या वयात करिअरसाठी, नातेसंबंध निर्माण करण्यासाठी आणि कुटुंब सुरू करण्यासाठी दबाव येऊ शकतो. त्यांना त्यांच्या वैयक्तिक आणि व्यावसायिक जीवनात समतोल साधण्यासाठीदेखील संघर्ष करावा लागू शकतो.या टप्प्यावरील सामान्य आव्हानांमध्ये शैक्षणिक आणि करिअर यांच्याशी संबंधित तणाव, नातेसंबंधातील समस्या आणि आर्थिक अस्थिरता यांचा समावेश होतो.

६. **प्रौढत्व (४० ते ६५ वर्षे)** : या अवस्थेतील लोकांना जास्त काम आणि कौटुंबिक जबाबदाऱ्यांमधील आव्हानांचा अनुभव येऊ शकतो. त्यांना वयानुसार शारीरिक आणि मानसिक आरोग्याच्या समस्यादेखील येऊ शकतात. सर्वसामान्य आव्हानांमध्ये वृद्ध आईवडिलांची काळजी घेणे, करिअरमधील अस्थिरता / आव्हाने आणि जीवनाच्या मधल्या टप्प्यावरील संकटं यांचा समावेश होतो.

७. **वृद्धत्व (६५+ वर्षे)** : ज्येष्ठ नागरिकांना शारीरिक-मानसिक-भावनिक आरोग्यविषयक अडचणी येऊ शकतात, सामाजिक / कौटुंबिक नातेसंबंधांत तुटलेपणाचा अनुभव येऊ शकतो. या टप्प्यावरील सर्वसामान्य आव्हानांमध्ये एकाकीपणा, शारीरिक आणि संज्ञानात्मक क्षमतेमध्ये घट आणि आर्थिक ताण यांचा समावेश होतो.

स्त्रियांसाठी प्रत्येक टप्प्यावर थोडी अधिक आव्हाने असतात. त्यासाठी अधिक विचार आवश्यक आहे. प्रत्येक टप्प्यावरील स्त्रिया निरोगी आहार राखून, नियमित व्यायाम करून आणि वैद्यकीय सल्ला घेऊन संक्रमणाच्या लक्षणांचा सामना करण्यासाठी सक्रिय उपाय करू शकतात.

संभाव्य आव्हानांची जाणीव ठेवून, व्यक्ती लवचीक वृत्ती ठेवून स्वतःमध्ये बदल घडवून आणू शकतात आणि प्रभावी समस्या सोडवण्याची कौशल्यं विकसित करू शकतात. प्रत्येक जण समान आव्हाने किंवा एकाच प्रकारे अनुभव घेत नसला, तरीही नियोजन करताना सर्वसामान्यपणे सामोरं जावं लागणाऱ्या आव्हानांची जाणीव असणं उपयुक्त ठरू शकतं.

तुमच्या आयुष्याच्या पुढील टप्प्यासाठी स्वतःला तयार करणं

प्रत्येक व्यक्तीचा अनुभव अद्वितीय असतो आणि त्यात अनपेक्षित आव्हाने किंवा संधी असू शकतात.

- एखाद्या व्यक्तीचा आरोग्यविषयक इतिहास (Medical History) भविष्यात त्या व्यक्तीचे आरोग्य कसे असेल याविषयी अंदाज बांधायला उपयुक्त ठरू शकतो.
- एखाद्या व्यक्तीचे कौटुंबिक - मैत्रिपूर्ण - सामाजिक नातेसंबंध, व्यवस्था (Support System) चांगली-वाईट असण्याचे परिणाम त्या व्यक्तीच्या शारीरिक-मानसिक आरोग्यावर होत असतात.
- आहारातील निर्बंध आणि पुरेसे पोषण न देणाऱ्या किंवा चुकीच्या आहारसवयी यांच्यामुळे आरोग्यावर परिणाम होऊ शकतो.
- अतिवृद्ध आणि शारीरिक दुर्बल व्यक्तींच्या बाबतीत त्यांची दैनंदिन कार्यक्षमता; जसे की, कपडे घालणे, अंघोळ करणे आणि चालणे, त्यांच्या आरोग्याचे महत्त्वपूर्ण सूचक आहेत.

लोकांच्या वयाप्रमाणे आरोग्याचे परिणाम वेगवेगळ्या निकष-मापदंडाद्वारे निर्धारित केले जातात; जे व्यक्तिपरत्वे बदलतात.

तुमच्या आयुष्याच्या पुढील टप्प्यासाठी स्वतःला तयार करण्यासाठी, तुम्ही या उपयुक्त सूचनांचा प्रारंभबिंदू म्हणून वापर करू शकता :

- जीवनाच्या पुढील टप्प्यावरील विशिष्ट आव्हाने आणि बदलातील संधी शोधा.

- रक्तदाब, कोलेस्टेरॉल आणि वजन ही शारीरिक आरोग्याच्या घटकांची उदाहरणे; त्यांची योग्य पातळी राखण्याकडे लक्ष द्या.

- स्मरणशक्ती, एखाद्या गोष्टीचे अवधान ठेवण्याची / लक्ष केंद्रित करण्याची क्षमता आणि समस्या सोडवण्याची क्षमता यांचे वयानुसार मूल्यांकन केले पाहिजे.
- नैराश्य, चिंता आणि तणावपातळी यांसारख्या घटकांमुळे मानसिक आरोग्य आणि जीवनाची गुणवत्ता प्रभावित होऊ शकते. त्यांच्याकडे लक्ष ठेवा.
- सामाजिक आणि परस्पर कौशल्यं, तसंच जीवनातील आव्हानांना तोंड देण्याची क्षमता यांचं मूल्यमापन करायला हवं.
- आपली आध्यात्मिक पातळी उंचावण्यासाठी प्रयत्न करायला हवेत; त्यातून इतरांशी जोडलेपणाची भावना मिळते आणि आयुष्याला अर्थपूर्णता येऊ शकते.
- स्वास्थ्यपूरक जीवनशैली निवडणे : धूम्रपान, मद्यपान यांसारख्या अहितकारक आणि व्यायामासारख्या हितकारक सवयींचे परीक्षण करून आरोग्यपूर्ण सवयींची निवड करा.

स्वाध्याय

तुमच्या जीवनाचा टप्पा ओळखा. त्या आणि पुढील टप्प्यावरील आव्हानांसाठी तयारी करा.

●●●

दुसरा आठवडा

दुसऱ्याला बदलणं की स्वीकारणं?

प्रत्येक माणूस हा वेगळा आहे. तेव्हा, आपल्या प्रिय व्यक्तींना बदलण्याचा प्रयत्न करण्यापेक्षा ते जसे आहेत तसे त्यांना स्वीकारणं महत्त्वाचं आहे.

- आपल्या प्रियजनांच्या व्यक्तिमत्त्वाचा आणि वैयक्तिक निवडींचा आदर केला पाहिजे. एखाद्याला प्रमाणाबाहेर बदलण्याचा प्रयत्न करणं म्हणजे अनादराला आणि संघर्षाला निमंत्रण देणं.
- आपण आपल्या प्रियजनांना त्यांच्या गुण-दोषांसकट स्वीकारलं तर आपलं नातं अधिक मजबूत आणि अधिक अर्थपूर्ण होऊ शकतं.
- आपल्या प्रियजनांच्या व्यक्तिमत्त्वाचा बिनशर्त स्वीकार आपल्या स्वतःच्या आकलनात भर घालतो; हे स्व-आकलन व्यक्तिगत विकासाला पूरक ठरते.
- कोणत्याही नातेसंबंधासाठी विश्वास आवश्यक आहे. विश्वास तोडणं म्हणजे नातेसंबंधात तणाव निर्माण करणं.
- आपण नातेसंबंधाच्या सकारात्मक पैलूंवर लक्ष केंद्रित केल्यामुळे दुसऱ्याचे अद्वितीय गुण आणि त्यांच्या अपूर्णता स्वीकारून एक मजबूत, अधिक परिपूर्ण नाते निर्माण करणं शक्य आहे.

सक्रिय श्रवण

एखादी व्यक्ती बोलत असताना त्या व्यक्तीचे बोलणे लक्षपूर्वक ऐकायला हवे. त्या व्यक्तीच्या बोलण्यात व्यत्यय आणणे किंवा तिचे बोलणे उडवून लावणे चुकीचे आहे. त्यांच्या दृष्टिकोनाचा आदर करायला हवा. मते भिन्न असली तरीही, सकारात्मक आणि मुक्त संवाद राखणं आवश्यक आहे.

- सक्रिय श्रवण (Active Listening) म्हणजे लक्षपूर्वक ऐकणं. यात डोळ्यांचा संपर्क राखणं, होकार देणं, स्पष्टीकरणासाठी प्रश्न विचारणं आणि आपण जे ऐकलं आहे त्याचा सारांश देणं समाविष्ट आहे.
- एखादी व्यक्ती बोलत असताना शरीराने आणि मनाने पूर्ण उपस्थित राहून, सक्रिय श्रवण केल्याने त्या व्यक्तीसोबत दृढ संबंध प्रस्थापित करता येतात. या सक्रिय श्रवणातून त्या व्यक्तीविषयी, तिच्या मतांविषयी आदर व्यक्त होतो.
- संवादादरम्यान आपला मोबाईल, कॉम्प्युटर आणि इतर इलेक्ट्रॉनिक साधनं दूर ठेवावी; शक्यतो त्यांचा वापर करू नये.
- प्रतिसाद देण्यापूर्वी, व्यक्ती जे बोलत आहे ते त्याला पूर्ण करू द्यावे. त्यांच्या बोलण्यात व्यत्यय आणून आपलं मत देण्याची घाई करू नये.
- त्यांच्या बोलण्यात स्वारस्य दाखवायचं, पूर्ण ऐकून घेतल्यावर त्यांना प्रश्न विचारायचे आणि मग आपलं मत द्यायचं; अर्थात, पूर्वग्रह किंवा गैरसमज न बाळगता!
- ते जे काही बोलत आहेत त्याचं आपल्याला संपूर्ण आकलन झालं आहे याची खात्री करण्यासाठी त्या व्यक्तीने काय म्हटलं ते सारांशरूपात स्पष्ट सांगावे.
- मतभिन्नता व्यक्त करताना आधी बोलणाऱ्या व्यक्तीचा दृष्टिकोन, त्यांची मते आणि भावना समजून घेतल्याचे अधोरेखित करावे.

या शिष्टाचाराचे / संकेतांचे पालन करून आपण अधिक चांगल्या प्रकारे दुसऱ्यांना समजून घेऊ शकतो आणि मजबूत नातेसंबंध निर्माण करू शकतो.

स्वाध्याय

आपल्या माणसांशी मतभेद असले, तरीही त्यांच्यासोबत घालवलेले आनंदाचे आणि प्रेमाचे काही क्षण असतातच. तुम्हांला आनंद देणारे लोक आणि त्यांच्या सहवासात घालवलेले क्षण जपायला विसरू नका. आयुष्यातील छोट्या-छोट्या गोष्टींचा आनंद घ्या. प्रत्येक क्षणाचे सौंदर्य टिपा आणि लक्षात ठेवा. वर्तमानात जगा. आपल्या जीवनाविषयी कृतज्ञ राहा आणि रोजच्या छोट्यामोठ्या गोष्टींतूनही आनंद मिळवा.

तुमच्या अशा क्षणांबद्दल लिहा.

तिसरा आठवडा

पिंजऱ्यातून सुटका

कित्येकदा परिस्थितीपायी एखादी बुद्धिमान अथवा कलावंत व्यक्ती एखाद्या सोनेरी पिंजऱ्यात अडकून पडते. हा पिंजरा म्हणजे, त्या व्यक्तीची सामाजिक अथवा आर्थिक पार्श्वभूमी, कौटुंबिक अथवा सांस्कृतिक अपेक्षा किंवा त्यांच्या वाढ अथवा विकास अथवा क्षमतेला मर्यादित करणारे इतर घटक असू शकतात.

सुंदर मन असणाऱ्या एखाद्या व्यक्तीला व्यक्त होण्यापासून किंवा ईप्सित ध्येय साध्य करण्यापासून बाह्य घटक थोपवू शकतात. अशा घटकांचा आपल्या मानसिक आणि भावनिक स्वास्थ्यावर काय परिणाम होत आहे हे लक्षात घेत, कितीही मर्यादा आल्या तरी व्यक्तिगत वाढ आणि विकास करण्याचा आटोकाट प्रयत्न करायचा.

आपला वेळ आणि शक्ती यांची गुंतवणूक

'वेळेची गुंतवणूक' या वाक्यांशाचा अर्थ असा आहे की, आपल्याकडे असलेला वेळ मर्यादित आहे, म्हणून आपण त्याचा कसा उपयोग करायचा याचा विचार केला पाहिजे. 'ऊर्जेची गुंतवणूक करणे' म्हणजे दीर्घ काळासाठी फायदेशीर मानल्या जाणाऱ्या एखाद्या विशिष्ट कामासाठी किंवा उद्देशासाठी समर्पित भावनेने शारीरिक किंवा मानसिक प्रयत्न करणे. वेळ आणि ऊर्जा ही पैशांप्रमाणेच मौल्यवान संसाधनं आहेत; त्यांचा उपयोग विवेकबुद्धीने केला पाहिजे.

सकारात्मक परिणाम साध्य करण्यासाठी काही सूचना

- **'गुडविल'चा संचय :** 'गुडविल' म्हणजे इतरांप्रति सकारात्मक आणि दयाळू वृत्ती किंवा भावना. देणारा आणि प्राप्तकर्ता या दोघांसाठीही या गुंतवणुकीचे महत्त्वपूर्ण फायदे आहेत.

- **दीर्घ काळ टिकणारी मैत्री :** यामुळे वैयक्तिक आणि सामाजिक जीवनात लक्षणीय फायदा होऊ शकतो. दीर्घ काळ टिकणाऱ्या मैत्रीमध्ये गुंतवणूक करण्यासाठी, मुक्त, प्रामाणिक संवाद आणि परस्पर आदर वाढवणे महत्त्वाचे आहे. नातेसंबंधांना वेळ आणि ऊर्जा देणे, कौतुक करणे, एकमेकांशी मायेने वागणे आणि चांगल्या गोष्टी एकत्रित अनुभवण्यासाठी सक्रियपणे संधी शोधणेदेखील आवश्यक आहे.

  दीर्घ काळ टिकणाऱ्या मैत्रीमध्ये गुंतवणूक केल्याने एखाद्याच्या वैयक्तिक आणि सामाजिक जीवनात भावनिक आधार, आनंद आणि मजा, जबाबदारी, नातेसंबंध आणि एकत्रित आठवणी यांसह अनेक फायदे मिळू शकतात. मजबूत आणि अर्थपूर्ण नातेसंबंधांमध्ये गुंतवणूक करून, एक व्यक्ती अधिक परिपूर्ण जीवन जगू शकते.

- **अनुभवांमध्ये गुंतवणूक करा :** वेगवेगळे अनुभव घेणे ही शहाणपणाची निवड असू शकते. यामुळे अनेक फायदे मिळतात, जे एखाद्याचे व्यक्तिगत आणि व्यावसायिक जीवन समृद्ध करू शकतात. चिरस्थायी आठवणी, व्यक्तिगत आणि व्यावसायिक सामाजिक संबंध, तणावमुक्ती असे अनेक फायदे यांत आहेत.
- **व्यक्तिमत्त्व विकासामध्ये गुंतवणूक करा :** व्यक्तिमत्त्व विकासाची नवनवीन तंत्रे - कौशल्ये आत्मसात करण्यात गुंतवणूक करा. वैयक्तिक आणि व्यावसायिक वाढीसाठी अशा गुंतवणुकीचा खूप फायदा होतो.

शेवटी, वेळ आणि ऊर्जा गुंतवणे हा वैयक्तिक वाढ, विकास आणि यशाचा एक महत्त्वाचा घटक आहे. यात हुशारीने गुंतवणूक करून कोणीही मोठे यश प्राप्त करू शकतो.

स्वाध्याय

१. आपलं सुंदर मन एका सुंदर पिंजऱ्यात अडकलं आहे, असं तुम्हांला वाटतंय का? कसला आहे हा पिंजरा?

२. तुम्ही तुमचा वेळ आणि शक्ती कशी गुंतवणार आहात?

चौथा आठवडा

टीका : एक ब्रह्मराक्षस

टीका म्हणजे नापसंती दाखवण्याची एक पद्धत; असं म्हणायला हरकत नाही. एखाद्या व्यक्तीने केलेली निवड आपल्याला आवडत नाही तेव्हा आपण जी विधानं करतो ती म्हणजे टीका. त्यासाठी आपण आक्षेप घेतो, दोघांमधील फरक दाखवतो, आपल्या मताकडे लक्ष वेधण्याचा प्रयत्न करतो.

टीका म्हणजे एक प्रकारे स्व-संरक्षण; आपण कसे चांगले आणि समोरचा कसा वाईट, हे दाखवण्याचा नादात आपण नात्याला कधी पणाला लावतो ते कळतदेखील नाही. 'नेहमीच' आणि 'कधीच' या दोन शब्दांच्या वापरामुळे टीकेला धार चढते. टीका करताना नकळत आपण समोरच्या व्यक्तीच्या प्रवृत्तीवर हल्ला करू लागतो, जी पुढे आपली सवय होऊ शकते.

सतत टीकेची शिकार होणारी व्यक्ती आपला आत्माभिमान आणि आत्मविश्वास गमवू लागते. तिच्या स्व-प्रतिमेला धक्का बसू शकतो. नाती स्वीकारायची मानसिकता कमी होऊ शकते. टीकेतून बाहेर पडण्यासाठी अशी व्यक्ती मग टोकाची भूमिका घेत स्वतःला प्रस्थापित करण्यासाठी समोरच्याचा शारीरिक/मानसिक छळ करणं अशा गोष्टी करू शकते.

याचाच एक भाग म्हणजे, ज्यावर टीका झाली आहे त्याच्या मनात न्यूनगंड निर्माण होऊ शकतो. अशी व्यक्ती आपल्या कोशात रुतत जाते, तिला तिथून बाहेर काढणं कठीण होऊ शकतं.

थेट टीका करण्याआधी नकार, नापसंती, विरोधाचा स्वर, आक्षेप, तक्रार, निंदा, असे पर्याय वापरले जातात. यामागे आवडीनिवडीमधील भिन्नता, व्यक्तिमत्त्वातील आणि विचारसरणीमधील फरक कारणीभूत असतो.

तसं पाहिलं तर, आपण येणाऱ्या-जाणाऱ्या प्रत्येकावर टीका करतो. पाहिलेल्या नाटक-सिनेमांवर, वाचलेल्या पुस्तकांवर टीका करतो. परंतु संबंधित व्यक्तीला त्यामुळे काही फरक पडत नाही. मात्र, आपल्या जवळच्या व्यक्तीला आपल्या टीकेने फरक पडतो. आता हा फरक योग्य की अयोग्य; हे टीकेच्या स्वरूपावर आणि ऐकणाऱ्याच्या मानसिकतेवर अवलंबून असतं.

एखाद्या उदाहरणावरून आपण या विविध छटा पाहू या.

जोडीदार ऑफीसमधून अनेक वेळा उशिरा घरी येतो. त्यावर दुसऱ्या जोडीदाराच्या प्रतिक्रिया कशा होतील?

- **तक्रार**

  ''ए, नेहमी काय रे उशिरा येतोस? मला अगदी कंटाळ येतो न!''

  सुरुवातीला क्षुल्लक बाबीवरून सुरू होणाऱ्या तक्रारीत लाडिकपणा असतो, विरोध दर्शवला जातो. अनेकदा आवडीनिवडीमधल्या भिन्नतेमुळे तक्रारीला सुरुवात होते. वेळीच तक्रारीची योग्य दखल घेतली गेली नाही, तर त्याची तीव्रता हळूहळू वाढत जाते.

- **चिंता**

  ''काय हे! एवढा उशीर! साधा फोनसुद्धा करत नाहीस. मला काळजी वाटते याची तुला पर्वाच नाही.''

  इथे समोरच्या व्यक्तीबद्दल असलेल्या काळजीपोटी आपण बोलत असलो तरीही सांगण्याची पद्धत ही त्या व्यक्तीला दोष देण्याचीच आहे.

- **आक्षेप**

  ''हल्ली हे तुझं नेहमीचं झालंय! एवढा वेळ ऑफीसमध्ये थांबायची काय गरज?''

  सुरुवातीला सौम्य असलेलं आक्षेपाचं स्वरूप कालांतराने तीव्र होऊ लागतं. मग प्रत्येक गोष्ट आक्षेपार्ह वाटू शकते.

- **तिरस्कार**

  ''तुझं हे उशिरा येणं मला आता सहन होत नाहीये. शी! आमची जराही पर्वा नाही तुला!''

  इथे स्वर तापलेला, आवेशपूर्ण आणि तिरस्काराने भरलेला असतो.

- **नालस्ती**

  ''तू इतका स्वार्थी झाला आहेस, फक्त स्वतःपुरतं पाहतोस. एक दिवस वेळेवर येशील तर शप्पथ!''

  समोरच्या व्यक्तीच्या स्वभावाला लक्ष्य केलं जातं.

- **नियंत्रण किंवा कह्यात ठेवणे**

  ''तू यायला उशीर केलेला मला चालणार नाही. असं वागणं मी खपवून घेणार नाही.''

  इथे 'हम करे सो कायदा' ही प्रवृत्ती प्रकर्षानं दिसून येते. दुसऱ्याचं मत वेगळं असू शकतं याचं भान नसतं. समोरच्याने प्रतिप्रश्न न करता ऐकलं पाहिजे ही अपेक्षा असते. विरोध झाला तर अशा व्यक्ती प्रसंगी मारहाण करणं, ढकलून देणं, केस धरणं इत्यादी मार्गांनं बळाचादेखील वापर करतात.

- **उपरोधात्मक टीका**

  यात घटनेचा संबंध माणसाच्या पूर्ण व्यक्तिमत्त्वाशी जोडला जातो. कारण बोलणारा विचार न करता बोलतच सुटतो. बरेचदा हा प्रकार अन्यायकारक आणि तापदायक ठरतो. आरोपाचा सूर असल्यामुळे नंतरच्या बोलण्याला वादाचं रूप येतं. सतत टीकेचा सूर असला तर आधी व्यक्तींमध्ये दुरावा, व्यक्तिमत्त्वावर परिणाम होऊ लागतो. कालांतराने नात्यामध्ये वितुष्ट येऊ शकतं. ज्या व्यक्तीचे दोष दाखवले जातात तिला अपमान वाटतो. स्व-प्रतिमेला धक्का बसल्यामुळे 'आपण असे नाही आहोत' हे पटवण्यासाठी अशी व्यक्ती वाद घालू लागते. आणि ते सिद्ध करण्याच्या नादात तीही जोडीदारावर टीका करू लागते.

  'नेहमीच' आणि 'कधीच' या दोन शब्दांच्या वापरामुळे टीकेला धार चढते. मूळ चर्चेचा / मतभेदाचा मुद्दा बाजूला राहून वादाला वेगळंच वळण लागतं.

  उदाहरणार्थ,''तू नेहमीच उशीर करतोस!'', ''तू कधीच माझ्या भावनांची पर्वा करत नाहीस!'', ''नेहमीच कसं असं वागतोस?'' तिच्या अशा विधानांवर नवरा बचावात्मक पवित्रा घेऊन म्हणतो, ''तू तरी काय करतेस? नेहमीच स्वतःला हवं तसं वागतेस न?''

आपल्या लक्षात आलं असेल की, घटना एकच होती; 'घरी उशिरा येण्याची.' पण त्याचे पदर वेगवेगळे असतात. नापसंती दाखवण्यामागे आपला हेतू कदाचित चांगला असला तरीही त्याचा परिणाम चांगला होतोच असं नाही.

हे सगळं आपण का करतो?... दुसऱ्यातले दोष काढण्यासाठी? आपण त्याच्यापेक्षा कसे चांगले आहोत हे दाखवण्यासाठी, की त्याचा आपल्याला त्रास होतो आहे हे सांगण्यासाठी? एका अर्थाने हे सगळं लागू होतं. पण यातल्या उपरोधाच्या स्वरामुळे आपल्या टीकेचा उपयोग न होता अपाय होतो. त्याऐवजी आपल्या या नकारात्मक भावना दाखवताना आपण रचनात्मक, व्यावहारिक किंवा सैद्धान्तिक टीकेचा उपयोग केला तर त्याचा लाभ दोघांनाही होईल.

इथे टीकेचा रोख नात्याच्या दृढतेवर असतो. काळजी, कळकळ हा सहजभाव असतो. शिवाय, एकमेकांबद्दलच्या जिव्हाळ्याचा आणि प्रेमाचाही संबंध असतो. त्यातून आपल्या जोडीदाराला आपल्या भावना योग्य प्रकारे कळतात. आपल्याला किती त्रास होतो आहे, किती सहन करावं लागत आहे ते समजू शकतं. इथे समोरच्याला वेडा, मूर्ख वगैरे ठरवण्याचा प्रकार नसतो. तर, मनापासून त्या व्यक्तीसाठी काहीतरी चांगलं करायची इच्छा असते. चांगल्या मनोवृत्तीने, सुयोग्य हेतूने आणि किंचितशा धोरणीपणाने केलेली टीका स्वीकारायला तशी अडचण येत नाही. मात्र, ज्याच्यावर टीका केली जात आहे, त्याची ऐकून घेण्याची तयारी असणं गरजेचं आहे.

१. **व्यावहारिक टीका :** हा एक उत्तम मार्ग ठरू शकतो. समोरच्या व्यक्तीच्या एकंदरीत कामकाजाच्या दर्जामध्ये सुधारणा होण्याच्या दृष्टीने या टीकेचा उपयोग होतो. इथे तटस्थ राहून वागणुकीची योग्य कारणमीमांसा केली जाते. व्यवहार्यता काय आणि कशी असावी, याचा विचार करून व्यक्ती आपल्या बऱ्या-वाईट, चूक-बरोबर, समज-गैरसमजांच्या बाहेर येऊन त्यानुसार वागायला प्रेरित होईल.

२. **सैद्धान्तिक टीका (चर्चात्मक टीका) :** हा प्रकार टीकेपेक्षा चर्चेच्या अंगाने अधिक जातो, असं म्हणता येईल. दोघांनी बसून, ऊहापोह करून, सारासार विचार करून, चांगल्या-वाईट गोष्टींचा अंदाज घेऊन निर्णय घेणं इथे अपेक्षित आहे.

३. **रचनात्मक टीका :** इथे अधिक चांगला पर्याय सुचवला जातो. सुधारणा करण्याच्या दृष्टीने ही टीका केली जाते. योग्य वेळी, अचूक शब्दांत, स्पष्टपणे केलेली ही टीका उपयुक्त ठरते. शिवाय, टीका करताना व्यक्तिसापेक्षता लक्षात घ्यायला हवी. एकाला लागू पडलेली गोष्ट दुसऱ्याला तंतोतंत लागू पडेल असं नसतं. वर उल्लेख केलेल्या बाबी प्रमाणात असल्या तर त्याचा

फायदा होऊ शकतो, मात्र, त्यांचा अतिरेक झाला की त्याला सतत टीकेचं रूप लाभतं. मग अशी टीका बोचरी होऊ लागते.

परत एकदा 'उशिरा घरी येण्याचं' उदाहरण घेऊन आपण या तिन्हींमधला फरक पाहू या :

'जोडीदाराला ऑफीसमधून यायला रोज उशीर होतो.'

व्यावहारिक टीकेच्या दृष्टीने विचार केला तर 'नोकरी हा जीवनाचा अत्यावश्यक भाग आहे' हे सत्य स्वीकारून पुढे जाता येतं.

सैद्धान्तिक टीकेच्या दृष्टीने विचार केला तर, इतर उपलब्ध पर्याय काय असू शकतात, या दृष्टीने दोघांनी आढावा घेणं योग्य राहील. प्रत्येक वेळेस काही योग्य पर्याय मिळेलच असं मात्र खात्रीने सांगता येणार नाही.

रचनात्मक टीकेच्या दृष्टीने पाहता, आपल्याला असलेली पैशांची गरज, आपलं वैवाहिक जीवन आणि इतर ठिकाणी आपली उपस्थिती याचा योग्य विचार करून जिथे गेलं नाही तरी चालणार आहे अशी ठिकाणं टाळणं, वीकएण्ड एकत्र घालवणं, शक्य ती कामं ऑनलाइन करून एकमेकांना हातभार लावणं असे पर्याय त्यातून निघू शकतात. स्त्री आणि पुरुष या पारंपरिक भूमिकेच्या चौकटीतून बाहेर पडता येतं.

स्वाध्याय

तुमच्या आयुष्यातील एखाद्या तक्रारीविषयी, नेहमीच्या एखाद्या टीकेविषयी अशा प्रकारे विचार करून मार्ग काढा.

●●●

समजून घेऊ...

गुंतता नात्यांत मी!

कुठलंही जवळचं नातं हे आपला जगण्याचा अनुभव अधिक सखोल - समृद्ध करतं. आपलं कुटुंब हा तर आपल्या जगण्याचा सगळ्यांत मोठा भाग व्यापतं. मग हे नातं अधिक समृद्ध करण्यासाठी अधिक प्रयत्न आवश्यक नाहीत का?

नातं समृद्ध करणारी पाच सूत्रे

१. **इतरांच्या मतांचा आदर :** एखाद्याला काय म्हणायचं आहे ते ऐकून घेणं, आणि त्यांना असं का वाटतं, हे समजून घेणं महत्त्वाचं आहे. प्रत्येक व्यक्तीला स्वतःचं मत मांडण्याचा अधिकार आहे आणि आपण नेहमी एकमेकांचा आदर करण्याचा प्रयत्न केला पाहिजे.

२. **इतरांचा स्वीकार :** प्रत्येक व्यक्ती त्यांच्या श्रद्धा, मूल्य किंवा पार्श्वभूमीची पर्वा न करता आदरास आणि स्वीकृतीस पात्र आहे. त्यांना स्वीकारणारं आणि समजून घेणारं वातावरण तयार करणं गरजेचं आहे.

३. **अपेक्षा नको :** अपेक्षा ठेवल्या तर नात्यात दरी निर्माण होऊ शकते.

४. कुटुंबाला प्राधान्य देणं हे अत्यंत आवश्यक असते. इतर कोणत्याही कामांपूर्वी कौटुंबिक गरजांना प्राधान्य दिलं पाहिजे. निरोगी आणि मजबूत कौटुंबिक जीवनाच्या पायावर नातेसंबंध बांधले जातात.

५. कुटुंबातल्या प्रत्येक माणसाच्या पाठीशी उभे राहा. त्यांच्या सुखात-दुःखात त्यांच्याबरोबर राहा.

समजून घेऊ...

माफीनामा

'माफी मागणं आणि माफ करणं' हे कमकुवतपणाचं लक्षण नसून आत्मविश्वासाचं लक्षण आहे, बलस्थान आहे.

याउलट, राग, तिरस्कार हे कमकुवतपणाचं लक्षण आहे. झाली कोणाची चूक; तर एक कायम लक्षात ठेवायचं, चूक ही आयुष्याचं एक पान आहे, तर बाकी आयुष्य म्हणजे पूर्ण पुस्तक आहे. गरज पडली तर चुकीचं पान फाडून टाका. त्यासाठी पूर्ण पुस्तक फाडण्याची गरज नाही.

शब्दांनी किंवा कृतीने दुखावल्यावर केवळ 'सॉरी' म्हणून भागत नाही, ते पुरेसंदेखील नाही. आपण मात्र सरसकट 'सॉरी' म्हणून आपल्याकडून किस्सा संपवतो.

'सॉरी' म्हणण्याने तुम्हांला खेद झाला आहे, हे समजतं; पण ज्याला तुम्ही दुखावलंय त्याचं काय? त्यांनी तुम्हांला माफ करणंही तितकंच जरुरीचं असतं. तेव्हा चुकीच्या कृतीची परिणती 'सॉरी' म्हणून, मग माफी मागण्यातही व्हायला हवी.

उदाहरणार्थ, 'सॉरी! मला माफ करा!' असं म्हणणं उत्तम!

चुकीच्या कृतीनंतर लगेच अशी माफी मागणं झालं, तर दुखावल्या गेलेल्या व्यक्तीला कळेल की, तुमचा हेतू वाईट नव्हता. मग तुम्हांला माफ करायचं की नाही, हे तो ठरवेल. त्याने तुम्हांला माफ केलं तर हे शब्द, कृती दोघांच्याही मनातून पुसून टाकायची शक्यता जास्त असेल.

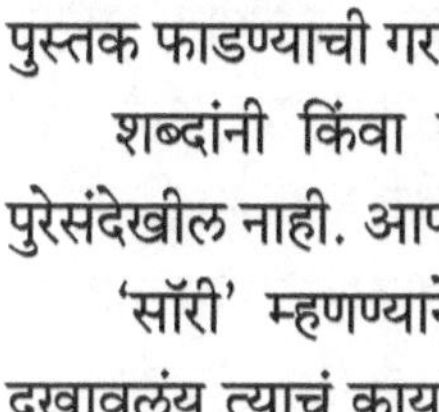

कोणी मनापासून (Whole-heartedly) माफी मागत असेल तर त्याला माफ करणं हा उत्तम उपाय असतो.

माफी मागणं आणि माफ करणं हे एक तंत्र आहे. 'जर' या शब्दाने माफीची सुरुवात कधीही करू नका.

'जर' शब्द तुम्ही उच्चारलात; तोही सुरुवातीला, तर तुम्ही मनापासून चुकला आहात असं तुम्हांला वाटत नाहीये, असा अर्थ निघू शकतो. उदाहरणार्थ, 'जर मी तुला दुखावलं असेल...', 'जर तुला माझ्या कृत्यामुळे वाईट वाटलं असेल तर...' यातून आपण असं ध्वनित करतो की, 'मला तर वाटत नाहीये, की मी तुला दुखावलं आहे; पण तुला वाटत असेल तर...'

त्याऐवजी 'मी' वापरा. तुम्ही चुकीच्या वागण्याची जबाबदारी घेत आहात असं त्यातून जाणवेल.

- मी चुकलो/चुकले.
- मी याला जबाबदार आहे.
- मला माझ्या चुकीच्या वागण्याचं स्पष्टीकरण करायची संधी दे.

माफी मागताना, लज्जा (Shame), पश्चात्ताप (Regret), दुःख (Sadness), आत्मदोष (Guilty) या भावनांपैकी, ज्या तुम्हांला मनापासून वाटत आहेत, त्या व्यक्त व्हायला आणि समोरच्याला जाणवायला हव्यात.

चूक कबूल करण्याने, यापुढे आपण ती चूक परत करणार नाही अशी खात्री काही देता येत नाही. मात्र, त्यावर उपाय शोधून प्रामाणिक प्रयत्न नक्कीच करता येतात, तसे ते करायला हवेत.

सर्वप्रथम तुम्ही स्वतःची माफी मागितली पाहिजे. कारण त्यानंतरच तुमच्या माफीची - विनंतीमागची कळकळ, तिचा खरेपणा जोडीदाराला जास्त प्रकर्षाने जाणवेल. यामुळे जोडीदाराने तुम्हांला माफ करायची शक्यता बळावेल.

त्यावर तुम्हांला उपाय सुचत नसेल तर जोडीदाराची, घरातल्या मोठ्या माणसांची, समुपदेशकाची (Counseller) मदत घेणं जरुरीचं आहे. मदत घेण्याची लाज बाळगू नका. कमीपणा मानू नका; कारण तुमचा हेतू चांगला आणि तुमच्या हिताचा आहे.

●●●

समजून घेऊ...

तत्त्वज्ञान आणि माफी

तत्त्वज्ञानाच्या क्षेत्रात क्षमा करण्याला अनन्यसाधारण महत्त्व आहे. आपण सर्वच जण चुका करत असतो. प्रत्येकाला चुका सुधारण्याची संधी द्यायला हवी.

- क्षमा करण्याने आपण आपल्या नकारात्मक भावनांना तिलांजली देतो.
- पुढचं आयुष्य सुखात जाण्यासाठी क्षमा करणं गरजेचं आहे.
- तुम्हांला लगेच क्षमा करायची नसेल तर तुम्ही असं म्हणू शकता, ''तू तुझ्या चुकीची माफी मागितलीस ही माझ्यासाठी मोठी गोष्ट आहे. पण मी सध्या तुला माफ करण्याच्या मन:स्थितीत नाहीये. मी यावर विचार नक्की करेन.''
- तुम्हांला समोरच्याला माफ करायचं असेल तर तुम्ही असं म्हणू शकता, ''आपण सगळेच चुका करतो. मी तुला माफ केलंय.'' ''तुझं सॉरी म्हणणं, चूक सुधारायचा प्रयत्न करणं हे मला दिसतंय. मी तुला माफ केलंय. यापुढे तुझ्या प्रयत्नांत माझा सहभाग असेल.'' किंवा ''आपण दोघेही ही गोष्ट विसरून जाऊ. मी तुला माफ केलंय.''
- तुमचं हे वागणं समोरची व्यक्तीही लक्षात ठेवेल. तुमच्या हातून चूक झाली तर ती व्यक्तीही तुम्हांला माफ करण्याची शक्यता वाढते.

तुम्हांला नक्की खात्री असेल की, एखादी व्यक्ती तुम्हांला माफ करणार नाही. तर...? तरीही, तुम्ही त्याची माफी मागायची.

कदाचित त्याचा राग, नकारात्मक भावना बदलणार नाहीत; पण तुमच्या मनातली अपराधीपणाची भावना कमी होईल. माफी मागणं म्हणजेच, पूर्वी झालेल्या चुका दुरुस्त

करून पुढे जाणं. त्याने तुम्हांला माफ केलं, तर हा बोनस असेल. पण तुम्हांला त्याने माफ केलंच पाहिजे, असं गृहीत धरू नका.

स्वाध्याय

तुम्हांला कोणाची माफी मागायची आहे? त्यासाठी आजचा मुहूर्त उत्तम आहे. वेळ दवडू नका, हे चांगलं कृत्य लगेच करा; ज्यांची माफी मागायची आहे त्यांच्यासाठी नव्हे, तर तुमच्यासाठी!

या महिन्याचा मंत्र

'माफी मागणं आणि माफ करणं'
हे चांगल्या व्यक्तिमत्त्वाचं एक उत्तम लक्षण आहे.

महिना ११

पहिला आठवडा
सर्वोत्तम व्यक्तिमत्त्व

मॉस्लो या मानसशास्त्रज्ञाने १९४३मध्ये पिरॅमिडच्या स्वरूपात 'गरजांची श्रेणिबद्ध रचना' सादर केली. त्याच्या म्हणण्यानुसार, माणूस सतत काही न काही गरज पूर्ण करण्याच्या मागे असतो. या गरजा पाच प्रकारच्या असतात. मॉस्लोने त्या पाच श्रेणींमध्ये विभागल्या आहेत.

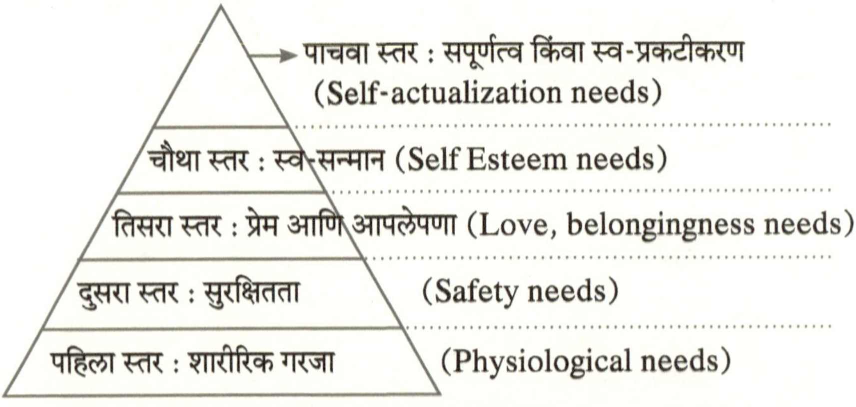

पहिल्या दोन स्तरांच्या गरजा पूर्ण झाल्या की प्रत्येकाला तिसऱ्या स्तराची आवश्यकता भासते. हा स्तर असतो, मैत्री, सलगी, प्रेम, माया, सामाजिक जीवन, कुटुंबाचा घटक असण्याची मानसिकता, व्यावसायिक जगाचा, सामाजिक संस्थांचा भाग असण्याची मानसिकता यांचा. विशेषकरून 'आपल्या' लोकांकडून या बाबींची पूर्तता व्हावी असं प्रत्येक व्यक्तीला वाटू लागतं. तिसऱ्या स्तरापर्यंत पोहोचल्यावर व्यक्तीच्या मनात स्वाभाविकपणे चौथ्या स्तराचा विचार येऊ लागतो. आपण या

आदराला पात्र आहोत असं वाटायला लागतं आणि ते खरंही असतं. चौथी पातळी गाठलेल्या व्यक्तीला पाचव्या पायरीचा ध्यास लागतो आणि आता स्वत्वाची जाणीव झाल्यामुळे स्व-क्षमतांच्या विकासाकडे जाणीवपूर्वक लक्ष देत तो पूर्णत्वाची स्थिती गाठतो.

खरंतर या सर्व गरजा पूर्ण करण्याची क्षमता प्रत्येकात असते; फक्त त्याची जाणीव असतेच असं नाही. पाचवी गरज ही त्याला माणूस म्हणून परिपूर्ण करणारी असते. म्हणजे या सर्व गरजा भागल्या की तो पूर्णत्वाला पोहोचतो, असं म्हणायला हरकत नाही.

पूर्णत्वाला पोहोचणं म्हणजे काय?

पूर्णत्वाला पोहोचणं किंवा स्वप्रकटीकरण म्हणजे स्वतःला शोधून पाहणं, स्वतःच्या क्षमतांची पूर्णपणे जाणीव करून घेत त्यांचा सुयोग्य वापर करणं. आपल्या प्रत्येकामध्ये प्रकट होण्याची, नव्याने काहीतरी घडवण्याची, आकाराला आणण्याची शक्ती आहे; आध्यात्मिक उन्नती करून घेण्याची पात्रता आहे. ज्ञानप्राप्ती करत असताना समाजासाठीदेखील काहीतरी भरीव करण्याची आपली इच्छा असते. मात्र, मॉस्लोच्या श्रेणिबद्ध रचनेप्रमाणे प्रत्येक जण क्रमवारी जपेलच असं नाही. कारण प्रत्येकाची आपली एक गती, मनःस्थिती आणि परिस्थिती असते. त्यामुळे काहींना निव्वळ प्रेमाची अतीव गरज वाटू शकते, तर काहींना फक्त पूर्णत्वाची ओढ असू शकते.

स्वतःतील क्षमता-शक्यता उलगडून, स्वतःचे सर्वोत्तम रूप प्राप्त करण्याची ही प्रक्रिया आहे. ही वैयक्तिक वाढीची अवस्था असून त्यात सर्वसाधारणपणे पुढील वैशिष्ट्यं, तसेच गुणधर्म दिसून येतात.

- सचोटी आणि प्रामाणिकपणा : सत्यवचनी असणं, नीतिमत्तेला घट्ट धरून राहणं.
- कणव आणि समानुभूती : समजून घेणं, दुसऱ्याला समानुभूतीने वागवणं, दयाळूपणा दाखवणं, दुसऱ्याचा विचार करणं.
- प्रेरणा आणि स्वयंशिस्त : आपले उद्दिष्ट प्राप्त करण्यासाठी सतत प्रेरित राहणं आणि स्वयंशिस्तीने ध्येयमार्गावर चालत राहणं.
- आत्मविश्वास असणं, स्वतःबद्दल खात्री असणं, सकारात्मक आणि निश्चयी वृत्ती.
- लवचीकपणा आणि जुळवून घेण्याची वृत्ती : आयुष्यात बदल झाला तरी नव्या परिस्थितीशी जुळवून घेण्याची तयारी.

- श्रद्धा, समजुती, आचार-विचार, संस्कृती, यातील विविधतेचा / भिन्नतेचा आदरपूर्वक आणि मोकळ्या मनाने स्वीकार करणं.
- विश्लेषणात्मक विचार करण्याची आणि समस्या सोडवण्याची क्षमता ; तसेच कुतूहल बाळगत नव्या गोष्टींचा मागोवा घेत त्या शिकणं, त्यात सर्जनशीलता दाखवणं.
- आपण केलेल्या कृतींची जबाबदारी घेणं. स्वीकारलेली बांधिलकी आणि दिलेली वचनं पाळणं.
- स्वतंत्र व्यक्तिमत्त्व : त्यांना त्यांच्या आयुष्याची दिशा ठाऊक असते. इतरांनी चांगलं म्हणावं, मान्यता द्यावी याची ते वाट पाहत नाहीत, तशी त्यांना गरज वाटत नाही.
- सौंदर्य आणि भोवतालच्या जगात जाणवणारी गुंतागुंत त्यांना सदैव खुणावत राहते. ते त्याला कधीही कंटाळत नाहीत.
- सतत शिकणं आणि स्वयंविकास : आयुष्यभर ते नवीन अनुभव घेऊ पाहतात, आव्हानं स्वीकारतात.
- इतरांपासून आपल्या उणिवा किंवा दुर्बलता लपवण्याची गरज भासत नाही.
- सचोटी : इतरांच्या अपेक्षांना जुळवून घेण्यापेक्षा ते स्वतःशी सच्चे असतात.
- त्यांचे दृष्टिकोन किंवा कल्पना अपारंपरिक असू शकतात आणि त्यांच्यात अनेकदा प्रस्थापित आचारविचारांशी जुळवून न घेण्याची वृत्ती असू शकते.
- दैनंदिन व्यवहार, तात्कालिक जगणं यांच्या पलीकडचे मानवी जीवनाचे संपूर्ण, भव्य रूप ते पाहू शकतात. त्यांचा सच्चेपणावर भर असतो. इतरांच्या अपेक्षांनुरूप वागण्याऐवजी ते स्वतःच्या समजुतींशी आणि मूल्यांशी एकनिष्ठ राहतात.
- या समजुती आणि मूल्यांनुसार त्यांच्यात नीतिमत्तेची दृढ जाणीव असते.

स्वाध्याय

- वरील गुणविशेषांपैकी कुठले गुणविशेष तुम्हांला जास्त आवडले, त्यांची यादी करा.
- त्यातील जास्तीत जास्त गुणांच्या जवळ कसं जाता येईल, याचा विचार करा.

●●●

दुसरा आठवडा
जोहरी विंडो

'जोहरी विंडो' ही संकल्पना वापरून, आपण स्वत:बरोबरचे आणि इतरांशी असलेले नाते अधिक चांगल्या प्रकारे समजू शकतो. १९५५मध्ये मानसशास्त्रज्ञ जोसेफ लुफ्ट (१९१६-२०१४) आणि हॅरिंग्टन इंगहॅम (१९१६-१९९५) यांनी स्वयं-मदत गट आणि कॉर्पोरेशन्ससाठी हेरीस्टिक म्हणून विकसित केले. या संकल्पनेत तुमच्या व्यक्तिमत्त्वाच्या विशेष गुणांचे चार कप्पे सांगितले आहेत :

१. **पहिला कप्पा :** तुमच्याविषयीची अशी माहिती जी तुम्हांला आणि इतरांनाही माहीत आहे. उदाहरणार्थ, तुमचा रंग, तुमचं दिसणं, तुमच्या केसांचा रंग; ज्या गोष्टी सहज इतरांना दिसतात.

२. **दुसरा कप्पा :** तुमच्याविषयीची अशी माहिती जी तुम्हांला स्वत:ला माहिती आहे; पण इतरांना नाही. उदाहरणार्थ, तुमची प्रश्न सोडवण्याची रीत, दु:खाचा सामना करण्याची रीत, भावना काबूत ठेवण्याची रीत, एखाद्याबद्दल तुमचं असलेलं मत, तुमची प्रेमाची भाषा.

३. **तिसरा कप्पा :** तुमच्याविषयीची अशी माहिती जी इतरांना आहे; पण तुम्हांला नाही. उदाहरणार्थ, इतरांच्या दृष्टीने तुम्ही रागीट आहात; पण तुम्हांला स्वत:ला ते माहीत नाही. किंवा तुम्ही ते मान्य करत नाही. साधारणत: आपण आपल्या क्षमता जोखतो तेव्हा कदाचित आपले दुर्गुण/वाईट बाबी आपल्याला कमी प्रमाणात समजतात.

४. **चौथा कप्पा :** तुमच्याविषयीची अशी माहिती जी तुम्हांलाही माहीत नाही आणि इतरांनाही माहीत नाही. आपल्या अबोध मनात ही माहिती दडलेली असते. ती जाणण्यासाठी आपल्याला सूक्ष्म आत्मनिरीक्षण करण्याची किंवा वेगवेगळ्या

चाचण्या वापरून ते जाणून घेण्याची गरज आहे. ती कळली तर तुमच्या लक्षात येईल की, विश्वास, पूर्वग्रह, पूर्वकल, आवडनावड, भीती आणि तुमच्या व्यक्तिमत्त्वावर परिणाम होईल अशा काही विशिष्ट सवयी वगैरे तुमच्या मनात आहेत. याचा परिणाम तुमच्या व्यक्तिमत्त्वावर होतो.

आपले गुण-दोष माहीत करून घ्यायचे दोन उपाय

१. आपल्याबद्दल लोक काय बोलतात यावर नीट विचार करायचा. अर्थात, लोकांच्या सगळ्याच गोष्टी बरोबर असतात असं नाही. काही जण मनात आकस धरूनही बोलत असतात.

२. तुमच्या जवळची दोन-तीन माणसं अशी निवडा, जे विचारी आहेत, तुमच्याबद्दल ज्यांना प्रेम आणि आदर आहे, तुमचं आयुष्यात चांगलंच व्हावं असं ज्यांना वाटतं. अशा माणसांना तुम्ही तुमच्याबद्दलचं त्यांचं मत विचारू शकता. ते खरं बोलायची शक्यता जास्त आहे. कारण खरं बोलण्यात त्यांचा काहीही स्वार्थ नाही. यातही तुमच्या दोषांबद्दल ते काय सांगतात, ते लक्षपूर्वक ऐका. अर्थात, ते जे सांगतील त्याचा आंधळेपणाने स्वीकार न करता, त्यावर तुम्ही सखोल विचार करावा हे उत्तम!

यासाठी उपलब्ध असलेल्या चाचण्या तुम्ही तज्ज्ञांच्या मार्गदर्शनाखाली घेऊ शकता.

आपल्या मनाचे कप्पे जाणून घेण्यासाठी आपण काही तंत्रांचा उपयोग करू शकतो. SWOT तंत्राचा चा वापर करून आपली बलस्थानं (Strengths), कमकुवत स्थानं (Weaknesses), आणि आपल्या ध्येयाप्रति पोहोचतानाच्या वाटेत येणाऱ्या संधी (Opportunities) आणि धोके (Threats) कळतात.

स्वाध्याय

तुम्हांला आवडेल का स्वत:बद्दल आणखी जाणून घ्यायला? याचं उत्तर 'हो' असं असेल, तर मग लगेच कामाला लागा.

तिसरा आठवडा

‘पुढच्या इयत्तेत’ जाण्यासाठी...

जीवन पूर्णार्थाने जगणं म्हणजे स्वतःची पूर्ण क्षमता वापरणं, ध्येयांचा आणि स्वप्नांचा पाठपुरावा करणं.

आपलं जगणं ‘पुढच्या इयत्ते’त नेण्यासाठी काही सूचना

- नव्या गोष्टी करून पाहा, कशात रुची वाटते ते शोधा. शिबिरात जा, प्रवास करा, कार्यशाळांमध्ये नोंदणी करा.
- तुम्हांला तुमच्या सुरक्षित कवचातून (Comfort Zone) बाहेर काढतील अशी उद्दिष्टं ठरवा. यामुळे तुमचा आत्मविश्वास वाढेल, तुम्ही नवीन कौशल्यं आत्मसात कराल.
- वेगवेगळ्या पार्श्वभूमीच्या आणि भिन्न दृष्टिकोन बाळगणाऱ्या लोकांशी ओळख करून घ्या. वेगळ्या दृष्टिकोनातून पाहण्याने तुम्हांला जगाची वेगळी समज येईल.
- नवीन कल्पना आणि मतं ऐकून घ्या. त्यातून तुम्ही व्यक्ती म्हणून अधिक विकसित व्हाल.
- आयुष्यात बदल घडवून आणा. घाबरू नका. नव्या गोष्टी करून पाहा. त्यायोगे तुम्ही नव्या परिस्थितीशी सहज जुळवून घेऊ शकाल, नव्या संधी सहज स्वीकारू शकाल.
- बरेचदा आपण विचार खूप मोठा करतो; पण त्यातून फारसं काही निघत नाही. म्हणूनच, उगाच बाऊ करू नका.

- स्व-काळजीला अग्रक्रम द्या. आपल्या शरीर, मन, भावना, स्वास्थ्याकडे लक्ष द्या. त्यातून अधिक ऊर्जा मिळेल आणि जोमाने तुम्ही तुमची उद्दिष्टं गाठू शकाल.
- आयुष्यातल्या सकारात्मक बाबींवर लक्ष केंद्रित करा. कृतज्ञतावृत्ती जोपासा. तुमच्याकडे जे आहे त्याची दखल घ्या.
- वैयक्तिक आणि व्यावसायिक विकासासाठी नवनवीन संधी शोधा.
- वर्तमान क्षण जगा. जे करत आहात ते उत्कटतेने करा; मग तो छंद असो, सर्जनशील काम असो, कारकिर्द असो.
- शिकत राहा. कुतूहल जागं ठेवा. नवीन अनुभवांनी मंत्रमुग्ध होत राहा.
- तुमचा जीवनपट तुम्हांला हवा तितका मोठा आणि रंगतदार करण्याची ताकद तुमच्यात आहे; हे सत्य स्वीकारा.

हे सगळं साधायचं असेल, तर धैर्य, समर्पित भाव आणि जोखीम उचलण्याची तयारी हवी. काही गोष्टी मनापासून पडताळून पाहण्याची इच्छा हवी. विचारांमध्ये स्व-जाणीव हवी, जीवनाचा उद्देश हवा आणि दिशा हवी. जिथे आपला खरा 'स्व' गुंतला आहे, जिथे तो लख्खपणे दिसून येतो, असं जगणं आपण साध्य करू शकतो.

स्वाध्याय

वर दिलेल्या निकषांवर स्वत:ला जोखा आणि त्याबरोबरीने इतरांशी असलेलं नातं दृढ करा.

●●●

चौथा आठवडा
अहिंसक संवाद

माणूस हा एक सामाजिक / समूहात राहणारा प्राणी आहे. एकमेकांशी आनंदाने संवाद साधणं आणि तसं करण्यात आनंद घेणं हे आपल्या स्वभावात आहे. परंतु काही वेळा आव्हानात्मक परिस्थितीत आपण आपल्या दयाळू स्वभावापासून फारकत घेतो आणि आपलं मनःस्वास्थ्य हरवून बसतो.

काही माणसं मात्र आव्हानात्मक परिस्थिती असूनही उत्तम संवाद कशी साधू शकतात?

कारण ते त्या वेळीसुद्धा काळजीपूर्वक प्रामाणिक आणि योग्य असे शब्द निवडतात. त्यांच्या बोलण्यात कुठेही अहिंसात्मक, दुसऱ्यांच्या भावना दुखावणारे शब्द नसतात.

आपण अहिंसक (NVC - Non Violent Communication) शब्द वापरतो तेव्हा प्रत्येक गोष्टीकडे बघण्याचा आपला दृष्टिकोन बदलतो. परिणामी, आपण इतरांकडे आदरपूर्वक आणि सहानुभूतीपूर्वक बघतो.

अशा संवादात टीकेचा मागमूसही नसतो, आक्रमक बोलण्याचा पवित्रा नसतो किंवा दुसऱ्याचा अपमान करण्याचा हेतूही नसतो.

अहिंसक संवादात स्वतःसाठी आणि इतरांसाठी समानुभूती, आदर आणि कणव दिसून येते. इथे शांत संभाषणावर भर असतो आणि बोलताना, संवाद साधताना कुठेही शारीरिक-मानसिक किंवा शब्दांचा हिंसाचार न करता संघर्ष मिटवण्याचा प्रयत्न केला जातो.

अशा प्रकारच्या अहिंसक संभाषणात आपल्या भावना आणि गरजा स्पष्टपणे आणि प्रामाणिकपणे समोरच्यापर्यंत पोहोचवणं अपेक्षित असून त्याच वेळेस त्या व्यक्तीच्या गरजा आणि भावनादेखील लक्षात घेणं आवश्यक आहे. दोषारोप करणं, टीका करणं याऐवजी मनःपूर्वक ऐकून घेणं आणि परस्परांना समजून घेणं इथे अपेक्षित आहे.

वैयक्तिक नातेसंबंध, कार्यालय आणि सामूहिक स्तरांवर प्रत्येक ठिकाणी, विविध संदर्भात अहिंसक संवाद वापरता येतो. उगाचच, गरज नसताना दुखावणारं भाषण करणं, संघर्ष निर्माण करणं, हिंसक वागणं यांसारख्या बाबी थांबवणं आवश्यक असून लोकांनी एकमेकांना नीट समजून घेणं, समानुभूती बाळगणं, जोडून घेणं गरजेचं आहे.

स्वाध्याय

वरील माहिती लक्षपूर्वक वाचा आणि समजून घ्यायचा प्रयत्न करा. आपल्या बोलण्यात यापैकी काय-काय आणता येईल याचा विचार करा.

शब्द

शब्द, संवादाचं एक माध्यम
शब्दाने दुसऱ्याला दुखावण्याआधी
शब्दाने दोघांत दरी निर्माण करण्याआधी
शब्दाने स्वत:वरच्या आरोपाला प्रत्युतर देण्याआधी
खरंच, ऐकलंय का मी, जे तुम्ही बोललात तेच?

शब्द भिंती निर्माण करतात, तसेच ते खिडक्याही बनवू शकतात,
सुंदर आश्वासक शब्दांत असते, जग जिंकण्याची शक्ती
आणि एक सुंदर विश्व उलगडत, माणसांना जोडण्याची युक्ती!

जे असतं मनात तेच येतं ओठांत,
कधी-कधी आश्चर्य वाटतं आपलंच आपल्याला
नव्हतं माझ्या मनात तरी कसं आलं ओठांत?
मग दुखावून बसतो आपणच आपल्याला!

अशा वेळी नक्की जाणावं
नकळत खोलवर, रुतलं होतं काहीतरी मनात,
होता कल्लोळ मनाच्या गाभाऱ्यात,
झाली होती आपलीच आपल्या मृदू स्वभावाशी फारकत
झाली होती सारासार बुद्धी नष्ट
आणि म्हणून शब्द आले ओठांत आपल्याही नकळत!

मनाला घायाळ करणारे शब्दांचे खेळ थांबवू या!
त्रासदायक भावना, पार भिरकावून देऊ या!
नको ते बोलण्यापेक्षा जे हवं तेच बोलू या!
हृदयातून उमटवून, शब्दांना सुंदर करू या!

समजून घेऊ...

अहिंसक संवादाचे फायदे

अहिंसक संवादाचे अनेक लाभ असून त्यामुळे संवाद आणि नातेसंबंध सुधारता येतात, हे निश्चित!

- परिणामकारक संवाद : अहिंसक संवादामध्ये सक्रिय श्रवणावर म्हणजे लक्षपूर्वक ऐकण्यावर आणि परिणामकारक व्यक्त होण्यावर भर असतो. यातून संभाषण अधिक परिणामकारक आणि शीघ्र होतं. अहिंसक संवादामुळे गैरसमज कमी होतात, संवादाला अर्थ प्राप्त होतो आणि एकूण दर्जा सुधारतो.
- त्यातून समानुभूती वाढीला लागते. स्वतःबद्दल आणि इतरांबद्दल आदरही वाढतो. हा दृष्टिकोन बाळगला तर नात्यातले संघर्ष कमी व्हायला मदत होते. स्वाभाविकतः भावनिक बुद्धीला चालना मिळते.
- दोन्ही गटांच्या गरजा लक्षात घेत, त्यांचा परामर्श घेतला जाऊन शांततेच्या मार्गाने संघर्षावर तोडगा काढता येतो.
- नातेसंबंध दृढ होतात. प्रामाणिकपणे, मोकळेपणाने आणि कणवेने संवाद साधायला प्रोत्साहन दिलं जातं. एकमेकांबद्दल आदर दाखवण्यातून, समजून घेण्यातून अधिक दृढ आणि अर्थपूर्ण नाती आकाराला येतात.
- आपल्या गरजा आणि भावना लक्षात घेत त्या व्यक्त करायला लोक शिकतात. आणि म्हणूनच, अहिंसक संवादाने मानसिक आरोग्यावर सकारात्मक परिणाम होतो.

अशा तऱ्हेने अधिक योग्य प्रकारे समजून घेणं, इतरांशी संवाद साधणं, संघर्ष टाळणं, दृढ नाती निर्माण करणं, परस्पर आदर वाढवणं, समानुभूती आणि शांती वाढवणं; अशा विविध बाबी अहिंसक संवादाच्या माध्यमातून घडून येतात.

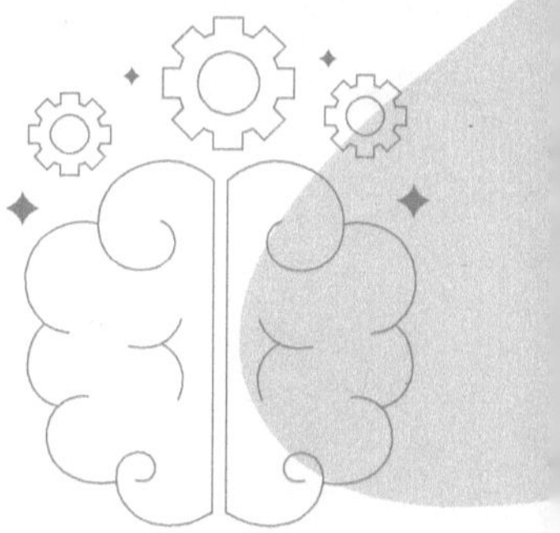

समजून घेऊ...

परिणामकारक संवादपद्धती

राम आणि कृष्णा मिळून एका प्रकल्पावर एकत्र काम करत होते. रामकडून एक सादरीकरण (Submission) उशिरा झाल्याने कृष्णा वैतागला.

कृष्णा रामवर खूप चिडला.

तो म्हणाला, ''राम, तू कधीही वेळेवर काम पूर्ण करत नाहीस. तुझ्याकडून उशीर झाल्याने आपलं सगळं वेळापत्रक हुकलं आहे. आता काही नुकसान झालं तर त्याला जबाबदार तूच असशील. इथून पुढे माझ्याशी अजिबात बोलू नकोस. तुला स्वत:च्या जबाबदाऱ्या पार पाडता येत नसतील तर तू या कामासाठी योग्य माणूस नाहीसच, हे लक्षात घे. घेतोस कशाला अंगावर जबाबदारी? मला तुझ्याबरोबर काम करायची इच्छा नाहीये. या प्रकल्पाची जबाबदारी घ्यायला मी दुसरं कुणी शोधतो.''

त्यानंतर दोघांची चांगली खडाजंगी झाली. वाद पार व्यवस्थापनापर्यंत जाऊन पोहोचला.

कृष्णाने बोलताना वेगळा स्वर वापरला असता तर गोष्टी इतक्या विकोपाला गेल्या नसत्या.

समजा, कृष्णाने म्हटलं असतं, ''तुझ्यावर सोपवलेलं काम तू ठरलेल्या दिवसानंतर दिलंस. त्यामुळे माझं काम वाढलं; शिवाय, कामाचं नियोजनही चुकलं. या दिरंगाईमुळे आपली प्रोजेक्ट सबमिशनची डेडलाइन चुकू शकते. त्यामुळे या दिरंगाईमागची कारणं समजून घेणं मला गरजेचं वाटतं. यापुढे उशीर होऊ नये म्हणून काय करायचं ते ठरवता येईल.''

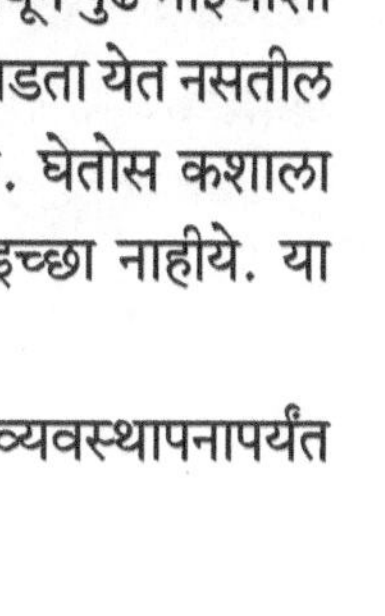

हे अहिंसक संवादाचं उत्तम उदाहरण आहे. इथे कृष्णाला जाणीवपूर्वक रामची भूमिका समजून घ्यायची आहे. तो त्याच्यावर ठपका ठेवत नाही, आरोप करत नाही, त्याचा अपमानही करत नाही.

अहिंसक संवादाचा भर हा जाणून घेणे, समानुभूतीने - आदराने वागण्यावर असतो. समोरच्याला समजून घेण्याचा मनापासून प्रयत्न केला जातो.

समजून घेऊ...

कुठल्याही नात्याचे शत्रू

नात्यातून मिळणारा आनंद आणि नात्यांचा निरोगीपणा यांना प्रतिकूल ठरणारे अनेक नकारात्मक घटक आहेत. त्यापैकी काही असे –

- संवाद नीट न होणं
- अनादर व्यक्त करणारी वागणूक
- व्यभिचार
- गैरवर्तणूक
- गैरसमज
- न सुटणारे वाद/संघर्ष
- शारीरिक जवळिकीचा अभाव
- विश्वासार्हता आणि आदर गमावणं

स्वाध्याय

नात्यांच्या शत्रूंची आणखी काही नावं आठवताहेत का? यादी करा.

या महिन्याचा मंत्र

प्रत्येक दिवस जगा,
जणू तो तुमचा शेवटचा दिवस आहे.

आयुष्यातील प्रत्येक दिवस असा घालवा,
जणू हा तुमचा पहिला दिवस आहे.

महिना १२

पहिला आठवडा

श्रद्धा म्हणजे काय?

'श्रद्धा' म्हणजे समर्पित भाव किंवा विश्वास. आध्यात्मिक उन्नतीसाठी श्रद्धा नितांत गरजेची आहे. भक्तिभाव, आदर आणि समर्पण भाव यांची श्रद्धेला जोड असते. शिवाय, सर्वोच्च शक्तीचा स्वीकार करत स्वतःला त्याप्रति अर्पण करण्याची मनोवृत्ती त्यातून दिसून येते.

अनेक धार्मिक आणि आध्यात्मिक परंपरांमध्ये सर्वोच्च शक्तिप्रति विश्वास, भरवसा, भक्तिभाव ही श्रद्धेचीच रूपं मानली जातात.

श्रद्धेच्या बळावर आपण आपल्या आयुष्यात अनेक चांगले बदल घडवून आणू शकतो.

श्रद्धेचे लाभ

- श्रद्धेमुळे नैतिक मूल्यं वाढीला लागतात. वैयक्तिक विकासाला चालना मिळते. सामूहिक विधी / संस्कार, उत्सव, दानधर्म यांमुळे सामाजिक जाणीव वाढीला लागते.
- श्रद्धा ही मूल्यप्रणाली किंवा नैतिक दिशादर्शक म्हणून मार्गदर्शन करू शकते.
- नुकसान झालं, वैयक्तिक आव्हान समोर उभं राहिलं, कठीण प्रसंग आला; तरीही स्वतःच्या प्रयत्नांवर श्रद्धा-विश्वास ठेवला तर यश फार लांब नाही.
- श्रद्धेमुळे आपण समविचारी लोकांशी जोडून घेऊ लागतो.

- श्रद्धेतून आशा जागी होते. ताण आणि अस्वस्थता यांवर मात करायला श्रद्धा कामी येऊ शकते.
- सर्वोच्च तत्त्वावर विश्वास ठेवणाऱ्या व्यक्तीला प्रतिकूलतेतही अर्थ सापडू शकतो. त्या अधिक लवचीक होऊ शकतात. कठीण परिस्थितीतून बाहेर येणं त्यांना शक्य होऊ शकतं.
- मानसिक आरोग्य सुधारतं. नैराश्य आणि चिंता यातून बाहेर यायला मदत होऊ शकते, असं आढळतं.
- भावनिक स्वास्थ्य आणि मानसिक शांतता जाणवते. समाधान आणि संतोषाची भावना वाढीस लागते.
- समानुभूती, सहवेदनेची जाणीव वाढून मानसिक आरोग्य सुधारू शकते. नैराश्य आणि चिंता कमी होऊ शकते.
- जीवनाचा उद्देश, उद्दिष्ट आणि अर्थ प्राप्त होऊन जगण्यासाठी; तसंच रोज हे सारं साध्य करण्यासाठी प्रेरणा मिळू शकते.
- 'आयुष्य म्हणजे वरदान आहे!' अशी कृतज्ञता मनात साठू शकते, रोजच्या जीवनात सुखाचे क्षण शोधायला उमेद मिळू शकते, लहानसहान गोष्टींत आनंद शोधता येऊ शकतो.

स्वाध्याय

आपल्या श्रद्धास्थानाबद्दल लिहा.

●●●

दुसरा आठवडा
समर्पण

'समर्पण' या शब्दाचा अर्थ अनेक प्रकारे लावता येतो. आपल्याच हातात नियंत्रण ठेवण्याचा हट्ट सोडणं, सतत कशालातरी किंवा कुणालातरी विरोध करणं सोडणं, अट्टाहास सोडणं, हार पत्करणं, हातातली सत्ता सोडून देणं; ही सारी शरण जाण्याची उदाहरणं म्हणता येतील.

अधिकारावर पाणी सोडणं, नकारात्मक भावना सोडून देणं, एखाद्या गोष्टीला धरून न ठेवणं, उच्च अधिकाराला मान्यता देणं; या गोष्टींतूनसुद्धा शरण जाण्याचा भाव दिसून येतो. जिथे विश्वास असेल तिथे असं शरण जाणं म्हणजे समर्पित (Surrender) होणं. अशी व्यक्ती अधिक मनःशांती अनुभवते. प्रेमाखातर काही जण समर्पित होताना दिसतात... प्रत्येक व्यक्तीची विचारधारा आणि समजुती तिच्या स्वतःच्या असतात. आपण कशाचा पाठपुरावा करायचा, हा केवळ आपला निर्णय असतो. म्हणूनच समर्पित कुणाला व्हायचं किंवा शरण कुणाला जायचं हाही आपला निर्णय असतो.

साधारणतः व्यसनं आणि हानिकारक वागणूक या वाईट समजल्या जातात. त्यांचा व्यक्तीवर आणि भोवतालच्या लोकांवर विपरीत परिणाम दिसून येतो. त्यामुळे व्यसनांना शरण जाणं, खरंतर व्यसनांच्या आहारी जाणं; हानिकारक किंवा छळ करणाऱ्या वागणुकीच्या आहारी जाणं, म्हणजे स्वतःच्या आयुष्यावरचा ताबा गमावणं; एखाद्या भांडणात, मारामारीत, संघर्षात माघार घेणं; हे दुर्बलपणाचं किंवा डरपोकपणाचं लक्षण समजलं जातं. आणि असं वागणारी व्यक्ती आदर गमावून बसते.

प्रेम आणि विश्वासापोटी व्यक्ती जोडीदाराला शरण जाते तेव्हा त्यांच्यातला भावबंध दृढ होतो आणि विश्वास वाढतो. काही व्यक्ती या सर्वोच्च शक्तीला किंवा आध्यात्मिक श्रद्धेच्या ठिकाणी स्वत:ला समर्पित करतात.

सर्वोच्च शक्तीला शरण जाणं म्हणजेच त्यांच्या पायाशी समर्पण करणं.

आपण सर्वोच्च शक्तीला शरण जातो तेव्हा आपल्याहून एक महनीय शक्ती असून तिच्या हातात आपल्या जीवनाचा ताबा आहे, याला आपण मान्यता देतो. या सर्वोच्च शक्तीला अनेक जण धार्मिक किंवा आध्यात्मिक रूपात पाहतात; तर काही वैश्विक जाणीवेच्या स्वरूपात!

सर्वोच्च शक्तीला शरण जाण्यातून आपण आपल्या नियंत्रणाबाहेर असणाऱ्या गोष्टींची दखल घेतो. घडणाऱ्या प्रत्येक गोष्टीमागे कारण असतं, हे लक्षात घेतो. अशा शरण जाणाऱ्यांना अडचणींना तोंड द्यावं लागतं तेव्हा त्या स्वीकारायची त्यांची तयारी होते. सतत आपल्याच हातात प्रत्येक गोष्टीचं नियंत्रण हवं, ही आस ते सोडून देतात आणि तरीही ते शांत असतात. काही जण या साऱ्याचा स्वीकार 'नैसर्गिक' म्हणून करतात. प्रार्थना करणं, ध्यानधारणा, कृतज्ञता सराव, स्वीकार, आपल्यासारखी विचारधारा किंवा मूल्य जपणाऱ्या इतरांचा आधार घेणं; हे सारे सर्वोच्च शक्तीला शरण जाण्याचे प्रकार आहेत. अशा पद्धतीने शरण जाण्याची प्रत्येकाची पद्धत वेगळी असू शकते, वेगळी भासू शकते. शेवटी, शरण जाणं न जाणं हा वैयक्तिक निर्णय आहे.

स्वाध्याय

समर्पण किंवा समर्पित होणं याबद्दल तुमचे विचार काय आहेत?

तिसरा आठवडा

गाभा-समजुती

मनातल्या गाभ्यातली समजूत (Core beliefs) म्हणजे, जी खोलवर रुजलेली असते, मूलभूत असते. कित्येकदा अबोध समजुतीतून तिला आकार प्राप्त होतो आणि त्यानुसार आपण स्वत:कडे, इतरांकडे आणि जगाकडे पाहतो. सहसा आयुष्याच्या सुरुवातीच्या टप्प्यावर ती तयार होते आणि आपले विचार, भावना आणि वागणूक यांवर तिचा प्रभाव पडतो.

समजुतींकडे परिपूर्ण सत्य म्हणून पाहिलं जातं आणि त्या सकारात्मक किंवा नकारात्मक असू शकतात. 'मी सक्षम आहे', 'माझ्यावर सगळे प्रेम करतात', 'मी पात्र आहे' अशांसारख्या समजुतींमुळे स्व-सन्मान, लवचीकपणा आणि आशावाद वाढीला लागतो. उलट, गाभा-विचार नकारात्मक असतील तर नकारात्मक स्व-संभाषण, ढासळलेला स्व-सन्मान आणि नकारात्मक फलित दिसून येतं. 'माझ्यावर कुणी प्रेम करत नाही', 'मी अपात्र आहे', 'मी निरर्थक आहे' असे विचार येऊ शकतात.

आलेले अनुभव, सांस्कृतिक संदेश आणि जवळचे कुटुंबीय वा अन्य सदस्य यांचा आपल्या गाभा-समजुती ठरण्यावर परिणाम होत असतो. त्या खोलवर रुजलेल्या असतात, त्यांची जाणीव आपल्याला बरेचदा नसते. त्यामुळे त्या लक्षात घेणं कठीण जातं. आपल्याला आपल्या गाभा-समजुतींची जाणीव होते तेव्हा आपल्यावर मर्यादा आणणाऱ्या घटकांना आपण आव्हान द्यायला, त्यांना बदलायला सुरुवात करतो.

आपण कसा विचार करतो, आपल्याला कसं वाटतं, आणि आपण कसे वागतो, या गोष्टीं आपल्या गाभा-समजुतींनुसार निश्चित होतात. त्या लक्षात घेता येणं आणि त्यांना बदलता येणं यातून आपला दृष्टिकोन अधिक सकारात्मक होऊ शकतो, नातेसंबंध दृढ होऊ शकतात आणि आयुष्यात घवघवीत यश मिळू शकते, तसेच आनंद लाभू शकतो.

खोलवर रुतलेले विचार किंवा समजूत म्हणजे काय?

दृढ, अढळ, ठाम खात्री म्हणजे खोल समजूत (Deep Beliefs) म्हणता येईल. मूलभूत समजूत ही व्यक्तिगत मूल्यं, अनुभव आणि जगाकडे पाहण्याचा दृष्टिकोन यातून आकाराला येते. ती गाभाघटक मानली जाते.

अनेक खोल समजुती आयुष्यात सुरुवातीला निर्माण होतात. त्यावर अनेक घटकांचा प्रभाव पडतो. संस्कृती, धर्म, कुटुंब आणि व्यक्तिगत अनुभव त्यामागे असतात. आपला जीवनोद्देश, अर्थ आणि आपला परिचय (आपण स्वतःकडे कसं पाहतो) यावर त्यांचा बरा-वाईट प्रभाव पडू शकतो.

खोल समजुतींचं मूळ कित्येकदा आध्यात्मिक किंवा धार्मिक श्रद्धेत असू शकतं; प्रामाणिकपणा, न्याय्य वर्तणूक, सामाजिक न्याय अशा व्यक्तिगत मूल्यांमध्ये असू शकतं. शिक्षणाचं सामर्थ्य, विज्ञानाची ताकद यांवर कुणाला विश्वास वाटू शकतो. कुटुंब किंवा समूह यांचं महत्त्व कुणाच्या दृष्टीने सर्वाधिक असू शकतं.

ज्यांच्यात समजुती खोलवर रुजलेल्या असतात त्यांना एक प्रकारची खात्री वाटते, उद्देश जाणवतो; भले त्यांच्या समजुती विशिष्ट प्रकारच्या का असेनात. अशा व्यक्ती नवे अनुभव आणि कल्पना स्वीकारायला तयार असले, तरी पाठपुरावा करून आणि वादविवाद यांमुळे त्यांचं उच्चाटन होईलच, असं नाही.

खोल समजुतींमुळे लोकांना आयुष्यातली आव्हानं पेलायला मदत होऊ शकते. आयुष्याचा अर्थ जाणवू शकतो, उद्देश गवसू शकतो. ताकद, प्रेरणा आणि लवचीकपणा लाभू शकतो.

काहीही असो; नवे अनुभव घ्यायला आणि नव्या कल्पना स्वीकारायला तयार असणं महत्त्वाचं आहे.

समजुती (Belief) आणि मूल्ये (Value) यातील फरक

मूल्ये म्हणजे अशी तत्त्वे किंवा प्रमाणके, ज्यामुळे आपली वागणूक आणि निर्णय यांना दिशा मिळते. बहुतांशी मूल्यं आपल्यामध्ये खोलवर रुजलेली असतात. आपलं संगोपन, संस्कृती, धर्म आणि व्यक्तिगत अनुभव यांचा ठसा त्यावर पडलेला असू शकतो. प्रामाणिकपणा, सचोटी, कणव, न्यायप्रियता आणि आदर ही काही मूल्यं आहेत.

गाभ्यातले विचार किंवा समजूत म्हणजे, आपलं खरं किंवा खोटं मनात असलेलं विधान. बरेचदा आपली मूल्यं आणि तत्सम घटकांचा प्रभाव त्यावर पडतो. धर्म,

अध्यात्म, राजकारण, विज्ञान किंवा व्यक्तिगत नातेसंबंध अशा विस्तृत विषयांवर आपल्या काही विशिष्ट समजुती असू शकतात.

काही साधर्म्य असलं तरी समजूत आणि मूल्य यात फरक आहे. मूल्य अधिक विस्तृत आणि सरसकट असतात आणि वरचेवर बदलत नाहीत. उलट, उपलब्ध माहितीनुसार समजुतीमध्ये वरचेवर सुधारणा किंवा बदल होऊ शकतो.

'स्व' आणि 'परिचय' या दोन्हींविषयीच्या आपल्या जाणिवेशी आपली मूल्यं सहसा निगडित असतात, तर भोवतालचं जग आपण कसं समजून घेतो त्यानुसार आपल्या समजुती निश्चित होतात. उदाहरणार्थ, 'प्रामाणिकपणा' या मूल्यामुळे जीवनातल्या प्रत्येक क्षेत्रात आपल्या वागणुकीला विशिष्ट वळण लागेल, तर 'मानवी कृतींमुळे हवामानात बदल घडून येतो' ही समजूत अधिक विशिष्ट असू शकते आणि नवीन पुरावे उपलब्ध झाल्यास ती बदलू शकते.

सरतेशेवटी, मूल्यं आणि समजुती या आपल्या व्यक्तिगत आणि समाजाकडे पाहण्याच्या दृष्टिकोनाचा पाया असून आपले विचार, वागणूक आणि निर्णयावर त्यांचा प्रभाव पडतो.

गाभा-विचार किंवा समजुती बदलायची गरज असते का?

एखादी विशिष्ट समजूत आणि तिचा आपल्या जीवनावरचा प्रभाव लक्षात घेऊन मग ती बदलायची की नाही, हे ठरवता येतं. काही समजुती आपलं भलं करतात, तर काहींमुळे आपल्याला ताण येऊ शकतो, मर्यादा जाणवू शकतात, संघर्ष निर्माण होऊ शकतात. पुढील परिस्थितीत समजूत बदलणं हितकारक ठरू शकतं :

- एखादी समजूत तुम्हांला किंवा इतरांना घातक ठरत असेल तर ती बदलणं गरजेचं ठरू शकतं. उदाहरणार्थ, एखाद्या समजुतीमुळे मिळणाऱ्या संधी मर्यादित होणं किंवा हानिकारक वागणुकीकडे वळणं.
- तुम्ही धरून ठेवलेल्या समजुतीविरुद्ध नवा पुरावा किंवा माहिती मिळाली तर ती समजूत बदलण्याची गरज पडू शकते.
- आपली उद्दिष्टं साध्य करणं किंवा स्व-विकास करण्याच्या दृष्टीने आपल्या क्षमतांचा पुरेसा वापर करणं यामध्ये एखाद्या समजुतीपायी बाधा येत असेल, तर ती बदलणं गरजेचं ठरू शकतं.
- आपल्या मूल्यांच्या, मूलभूत तत्त्वांच्या विरोधात असणारी समजूत बदलणं गरजेचं ठरू शकतं.

बहुतेकदा समजुतीसुद्धा खोलवर रुजलेल्या असतात. त्या बदलायला त्रास देतात, खळखळ करतात. एखादी समजूत आपण अशी घट्ट का धरून ठेवली आहे, हा विचार मनात आला की त्याच्या बाजूची आणि विरोधातली विधानं तपासून पाहा. त्याला आधार देणारी गृहीतं तपासून पाहा. बरेचदा यातून ती बदलायला मदत होऊ शकते. एखादी समजूत बदलायची पक्कं केलं की समुपदेशक किंवा विश्वासू मित्र-मैत्रिणींची मदत घ्यायला, त्यांचा आधार घ्यायला काही हरकत नाही.

आपली मूल्यं बदलण्याची गरज आहे का?

आपण काहीही म्हटलं तरी मूल्यं ही सखोल रुजलेली असतात आणि कालांतराने ती स्थिर होतात. एखादी प्रभावी घटना घडली, व्यक्तिगत विकास झाला, नवे अनुभव मिळाले तर ही मूल्यं बदलू शकतात; परंतु हे सावकाश आणि दीर्घ काळात घडून येते. (क्वचित, अगदी एका रात्रीतून मूल्यं बदलू शकतात!)

एखादं मूल्य घातक असेल, इतर महत्त्वाच्या मूल्यांच्या विपरीत असेल, तर ते बदलणं गरजेचं ठरू शकतं. एखाद्या व्यक्तीला कठोर परिश्रमांचं अतोनात मोल वाटत असेल, कारकिर्दीत यश मिळवणं सर्वाधिक महत्त्वाचं वाटत असेल; पण त्याच वेळेस त्या व्यक्तीच्या तब्येतीची हेळसांड होत असेल तर आपली प्रकृती आणि स्वास्थ्य लक्षात घेत अशा व्यक्तीला आपल्या मूल्यप्रणालीत काही बदल घडवण्याची गरज भासू शकेल.

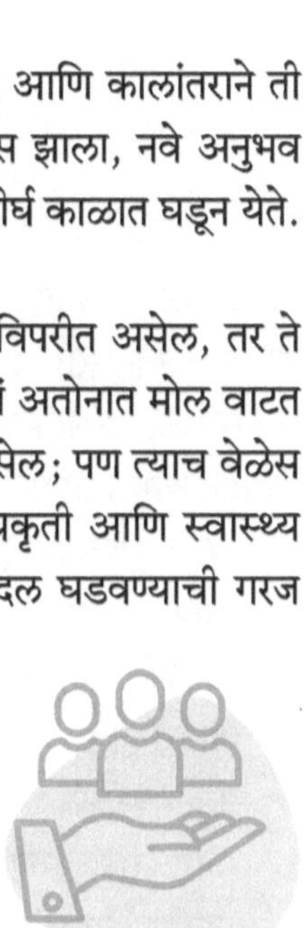

मूल्यं ही आपल्यामध्ये खोलवर आणि घट्ट रुजलेली असतात. त्यामुळे समजुतींच्या तुलनेत ती तशी बदलली जात नाहीत. मूल्यं पूर्णतया बदलण्याऐवजी त्यांचं पुनर्मूल्यांकन केलं जातं किंवा जीवनानुभव घेत असताना विविध टप्प्यांवर त्यांचा अग्रक्रम बदलला जाऊ शकतो.

स्वाध्याय

तुम्हांला तुमच्या कोणत्या गाभा-समजुती किंवा मूल्यं बदलण्याची गरज वाटते? का?

●●●

चौथा आठवडा

मानवता म्हणजे काय?

आपल्याला इतर प्राण्यांपेक्षा वैशिष्ट्यपूर्ण वेगळेपण देणारा गुण म्हणजे मानवता! त्यात कणव, समानुभूती, समजून घेणं आणि सर्जनशीलता यांचा समावेश होतो. नातेसंबंध जोपासायचे असतील तर हे गुण आवश्यक आहेत. त्यामुळे एकमेकांशी अर्थपूर्ण पद्धतीने वागणं आपल्याला शक्य होतं.

- कुटुंबामध्ये आपली साधारण मूल्यसंस्था, विचार करण्याची पद्धती एकच असते. मात्र, कामाच्या ठिकाणी किंवा सार्वजनिक ठिकाणी वावरताना मानवतेच्या आधारे एकमेकांचे सहकार्य मिळणे, यश मिळवणे आणि सर्वांगीण प्रगती साधणे शक्य होते.
- एकमेकांच्या भावना समजून घेताना, अनुभव जाणताना समानुभूती आणि कणव आवश्यक आहे. मन मोकळं ठेवत समोरच्याचा दृष्टिकोन जाणून घेतला, तर अर्थपूर्ण नातेसंबंध आणि भावबंध जोपासता येतात.
- या भावबंधातून आपण सर्जनशील होतो, एकत्र येत एकमेकांच्या कल्पनांच्या माध्यमातून नवनिर्मिती करू शकतो; हे शक्य होतं कणव आणि समानुभूती यांच्या बरोबरीने!
- अर्थपूर्ण संवाद साधत एकमेकांचा दृष्टिकोन जाणून घेण्यासाठी भावनिक बुद्धिमत्ता आणि स्व-जाणीव हवीच! तशी ती असेल तर अनोखे आणि परिणामकारक उपाय शोधून काढता येतात, अधिक चांगल्या प्रकारे एकत्र काम करता येऊ शकतं.
- गुंतागुंतीचे विषय हाताळायचे असतील, वेगवेगळ्या दृष्टिकोनांचं पृथक्करण करायचं असेल, तर नैतिकता हवीच! शिवाय, समोरच्याचं बोलणं मनापासून

ऐकून घेतलं तर त्याचं म्हणणं अधिक चांगल्या प्रकारे समजू शकतं.

- सामाजिक आणि सांस्कृतिक मुद्द्यांचं भान असायला हवं. माहितीपूर्ण निर्णय घेण्यासाठी विश्लेषण करण्याची वृत्ती आणि समस्या उकल करण्याचं कौशल्य हवं. समानुभूती विकसित करणं आणि इतरांचा दृष्टिकोन समजून घेणं यातून आधार देणारं आणि सन्मान करणारं कार्यालयीन आणि सामाजिक वातावरण तयार होऊ शकतं. समस्या उकल करण्याच्या क्षमतेतून गुंतागुंतीच्या समस्यांवर विलक्षण तोडगा सापडू शकतो.
- कार्यालयीन ठिकाणी यश मिळण्यासाठी लवचीकपणा हवा, बदलत्या परिस्थितीशी जुळवून घेण्याची मानसिकता हवी. समूह-सदस्यांच्या अस्तित्वाची दखल घेत त्यांच्या योगदानाची जाणीव ठेवायला हवी.
- कुतूहल वाटणं, ज्ञान मिळवण्यासाठी तहानलेलं असणं केव्हाही चांगलं! कामाच्या जागी विविधता असावी, सगळ्यांना सामावून घेण्याकडे कल असावा. त्यातून नव्या कल्पना सुचायला मदत होते. कर्मचाऱ्यांना त्यांची कौशल्यं विकसित करायला आणि कंपनीअंतर्गत विकास करायला उत्तेजन आणि संधी दिली जावी.
- इतरांप्रति प्रेम आणि आत्मीयता असायला हवी. आधार देणारं, प्रोत्साहन देणारं वातावरण असेल तर सहयोगाची, 'आपण याचा एक भाग आहोत' ही भावना जागी होते. कामाचं समाधान मिळतं. समूहकार्य अधिक जोमाने आणि चांगल्या दर्जाचं होऊ लागतं.
- इतरांशी जोडून घेणं, नाती निर्माण करणं. दूरस्थ कार्यालयीन ठिकाणी शारीरिक संपर्क नसतो तेव्हा अर्थपूर्ण नाती घडवणं कठीण होऊ शकतं. मानसिक आरोग्य राखणं, स्वास्थ्य टिकवणं, यासाठी समूह उभारणी करणाऱ्या कृती करणं किंवा आभासी (Virtual) भेटीगाठी घेणं लाभदायक ठरू शकतं.

इतकंच नव्हे; मानवता म्हणजे एकंदरीत समाजाचं आणि जगाचंही भलं व्हावं यासाठी घेतलेले सामूहिक श्रम आणि कृती होय. आपली ही वसुंधरा सुरक्षित राहावी यासाठी शांती, समता, न्याय्यता आवश्यक आहे.

●●●

समजून घेऊ...

आपला 'धर्म' कोणता?

एखाद्या मानवी समूहाच्या कल्याणासाठी निश्चित केलेले आचारविचारांचे आणि प्रार्थनेचे नियम म्हणजे 'धर्म' असे साधारणपणे म्हणता येईल. काळाच्या ज्या टप्प्यावर माणसांनी 'धर्म' तयार केले, तेव्हा त्यांचा भौगोलिक वावर मर्यादित होता. जसजसा माणूस जगभरात प्रवास करू लागला, तसतसे धर्माच्या नावावर संघर्ष सुरू झाले. शहाणी माणसं हे जाणतात की संघर्षापेक्षा अखिल मानवाच्या, खरं तर संपूर्ण पृथ्वीवरील जीवांच्या कल्याणाचा विचार महत्त्वाचा आहे. त्यामुळेच आपण समस्त पर्यावरणाचे रक्षण करणाऱ्या मानवता धर्माकडे जाणीवपूर्वक वाटचाल करायला हवी. या मानवता धर्माची काही मूल्ये पुढीलप्रमाणे :

- अहिंसा : सर्व सजीवांप्रति अहिंसा
- सत्य : खरं बोलणं आणि प्रामाणिकपणा
- अस्तेय : चोरी न करणं
- ब्रह्मचर्य : स्व-नियंत्रण, पावित्र्य जपणं
- अपरिग्रह : कशाचाही संग्रह न करणं, कशातही गुंतून न पडणं
- क्षमा आणि संयम
- धृती : निग्रह आणि निश्चलता
- दया : कणव आणि दयाळूपणा
- आर्जव : विचारात सरळसोटपणा आणि प्रामाणिकपणा
- मितआहार : बेताने खाणं आणि सदाचार

मानवजातीच्या उज्ज्वल भवितव्यासाठी ही मूल्ये मार्गदर्शक ठरतील.

स्वाध्याय

मानवता धर्माविषयी तुमची मतं लिहा.

समजून घेऊ...

प्रार्थनास्थळांची गरज

आपला धर्म, आपली श्रद्धा आणि आध्यात्मिकता यांच्याशी जोडून घेण्यासाठी लोक मंदिर, मशीद, चर्च, अग्यारी, गुरुद्वारा अशा पवित्र स्थानांना भेट देतात. पवित्र ठिकाणी दिव्य ऊर्जा आणि आध्यात्मिकता यांची सखोल जाणीव होते. काही जण अशा ठिकाणी सांस्कृतिक कारणांसाठी जातात, तर काही मार्गदर्शन प्राप्त करायला. काहींना तिथे शांती आणि समाधान लाभतं. पवित्र ठिकाणी सामाजिक नातेसंबंध दृढ होऊ शकतात, परिचय होऊ शकतात, एकमेकांशी जोडून घेता येऊ शकतं. समविचारी लोक भेटल्याने विचारांचं आदानप्रदान सुलभ होतं. एकत्वाची भावना जोपासली जाते.

तिथली पवित्रता वेगळ्या स्तरावरील असते. दैनंदिन जीवनातल्या गलक्यातून सुटका होऊ शकते. ध्यानधारणा आणि प्रार्थना यांच्या माध्यमातून ताण आणि चिंता कमी होऊ शकते.

रोजच्या जीवनातल्या विचलित करणाऱ्या गोष्टींपासून दूर झाल्यावर स्वतःचा लेखाजोखा मांडता येऊ शकतो. आपले विचार, कृती आणि आपण केलेली निवड याबद्दल विचार करता येऊ शकतो.

प्रार्थनास्थळी आपल्याला सांस्कृतिक आणि शैक्षणिक अनुभव येऊ शकतो. बांधणी, स्थापत्य, ऐतिहासिक महत्त्व, त्यात दिसून येणारी कला; असे अनेक आयाम जाणून घेता येतात, माहिती मिळते, ज्ञानात भर पडते.

प्रार्थनास्थळी जाणं - न जाणं, ही वैयक्तिक निवड आहे. आपली विचारधारा, संस्कृती, संस्कार अशा अनेक गोष्टी त्यात भूमिका निभावतात.

थोडक्यात, आंतरिक शांती, समूहाचा घटक असल्याची जाणीव आणि भावबंध या कारणांसाठी पवित्र स्थळी असणारं वातावरण पूरक ठरतं.

अजून गेला नसलात तर अनुभव घेऊन बघायला हरकत नाही!

समजून घेऊ...

एकला चालो रे!

गुरुदेव रवींद्रनाथ ठाकूर यांची कविता *एकला चालो रे*... आपल्यापैकी बहुतेकांनी ऐकली असेलच...

जोदी तोर डाक सुने
केउ ना आसे
तोबे एकला चलो रे...

अर्थात,
तुझी हाक ऐकून
नाही आला प्रतिसाद
तर एकटं चालत राहा...

पण म्हणजे नेमकं काय? काय अर्थ आहे एकटं चालण्याचा?

एकटं चालणं याचा अर्थ असा नाही, की आपल्याला इतर कोणाचीही गरज नाही.

याचा अर्थ असाही नाही, की 'मी एकटा आहे; मला कोणी नाही.' अशा भावनेने एकाकी होणं, निराश होणं.

एकटं चालणं म्हणजे आपल्या सोबतीला, मदतीला इतर कुणी येवो न येवो, आपण आपल्या मार्गावर आनंदाने चालत राहणं.

एकटं चालणं पसंत करतात ते स्वतंत्र आणि स्वावलंबी असतात, आत्मनिर्भर असतात. एकटं चालणं हा त्यांचा स्वतःचा निर्णय असतो जो त्यांनी स्वेच्छेने घेतलेला असतो. स्वतःच्या आयुष्याचा विचार करताना ते कोणावरही अवलंबून नसतात. ते सगळ्यांची मतं ऐकून घेतील; निर्णय मात्र त्यांचा स्वतःचा असेल. त्यांच्या आयुष्याचा

मार्ग, अर्थ ते स्वतः ठरवतात. यामुळे होतं असं की, स्वतंत्रपणे विचार करणं, निर्णय घेणं आणि त्या निर्णयाची जबाबदारी घेणं हे त्यांना सहज जमतं. गंमत म्हणजे, चुका करतील आणि चूक लक्षात आल्यावर त्यातून चांगलं शिकतील किंवा शक्य असेल त्या दुरुस्त करतील. आणि हे सगळं करताना दुसऱ्यांच्या मदतीची त्यांना अपेक्षा तर नसतेच; पण त्यांना त्याची गरजही भासत नाही. 'एकला चालो रे' असं स्वतःशी म्हणत ते उत्साहात, आनंदात, मजेत चालतात.

पण मग एकटं चालणाऱ्या व्यक्ती एकट्या पडतात का? त्यांना दुसऱ्या माणसाची कधीच गरज नसते का? अशा व्यक्ती माणूसघाण्या असतात का?

छे, छे! असं अजिबात नसतं. अशा व्यक्ती पुरेशा 'सोशल' असतात, त्यांना अनेक मित्र-स्नेही असतात. कधी एकटं चालायचं आणि कधी दुसऱ्यांना बरोबर घेऊन चालायचं, हे त्यांना नक्की माहीत असतं.

अशा स्वतंत्र स्वावलंबी एकटेपणाचे आणखीही खूप फायदे आहेत :

- अशा व्यक्ती अधिक लवकर स्वतःशी एकरूप होतात, स्वतःवर प्रेम करायला शिकतात, सतत स्वतःच्या प्रगतीसाठी कार्यरत असतात.
- आत्मिक प्रवासाचा आनंद भरभरून घेतात, आपल्या मनाच्या गाभाऱ्यातील आंतरिक शांतीशी जोडून घेणं त्यांना चांगलं जमतं.
- नवीन अनुभव घेण्याची यांची तयारी असते. 'करून तर बघू' असं याचं ब्रीदवाक्य असतं.
- त्यांचा प्रवास संपूर्णपणे त्यांच्या स्वतःच्या श्रद्धा आणि मूल्यांवर आधारित असतो. कोणावर श्रद्धा ठेवायची, आपली मूल्ये नेमकी काय असावीत, हेही त्या व्यक्तीच ठरवतात.
- बाह्य घटकांचा आपल्यावर दुष्परिणाम होऊ नये म्हणून त्या स्वतःभोवती एक सुरक्षा कवच निर्माण करतात.

एकटं चालणं हे जमवायचं कसं?

- 'एकटं चालणं हा सर्वस्वी माझा निर्णय आहे' हे मनाशी ठाम ठरवायचं आणि कामाला लागायचं.
- आपल्याला आवडणाऱ्या गोष्टी ओळखायच्या आणि त्या एकट्याने करायला शिकायचं. नवनवीन छंद जोपासायचे.
- एकटं राहायचा सराव करण्यासाठी 'माइंडफुलनेस' तंत्र आत्मसात करायचं.

- एकट्याने प्रवास करणं हे आव्हानात्मक आणि मुक्त-निर्भर दोन्ही असू शकतं. प्रवासामुळे नवीन ठिकाणं पाहणं, विविध अनुभव घेणं, नवीन लोकांना भेटणं, नवीन मित्र जोडणं शक्य होतं.
- आपल्या शरीरासाठी, मनासाठी आणि आत्म्यासाठी अधेमधे स्वस्थ बसणं खूप महत्त्वाचं आहे. शांतपणे, काहीही न करता, न कंटाळता, आनंदाने स्वतःपाशी बसता यायला हवं. आजची निष्क्रियता ही उद्याची सर्जनशीलता असू शकते, हे लक्षात ठेवावं. यादरम्यान मन स्वच्छ करायचं, आपली बॅटरी रिचार्ज करायची आणि नव्या ऊर्जेने कामाला लागायचं.
- मौन पाळायला शिकायचं. मौनाची भाषा समजून घ्यायची. जे बोलून साध्य होत नाही, ते मौनाने साध्य होऊ शकतं. कारण मौनात स्व-जाणिवेची शक्ती असते.
- स्वतःसाठी वेळ काढणं फार महत्त्वाचं आहे; त्यामुळे अधिक संतुलित आणि सहज वाटते.
- आपल्या भावनांवर आपण नियंत्रण मिळवणं शिकायचं.
- आपल्या पाच इंद्रियांचा आदर करायचा. लक्षपूर्वक ऐकणं, विचारपूर्वक बोलणं आणि वैविध्यपूर्ण चवींचा रसास्वाद घेणं, उत्तमोत्तम गोष्टी बघणं, सुवासाचा आनंद अनुभवणं, स्पर्शाची महती जाणणं यामुळे पंचेंद्रियांना तृप्ती मिळते आणि जगण्याला सर्वगुणसंपन्नता येते.

एकला चालो रे... म्हणत-म्हणत बघता-बघता बारावा महिना संपला. आपण स्वतःला शारीरिक, मानसिक, भावनिक, सामाजिक आणि आध्यात्मिक अशा सर्वांगांनी उत्तम ठेवणं महत्त्वाचं आहे, हे आपल्याला नीट कळलं आहे. आणि ते साधण्यासाठीच्या काही तंत्रांचा परिचयही आपल्याला 'स्वयम् ३६५'च्या अभ्यासातून झाला आहे.

आपण आपला 'स्वयम् ३६५'चा प्रवास इथे संपवणार नाही, हे निश्चित! आता कुठे आपल्या एकट्याच्या प्रवासाला जाणीवपूर्वक सुरुवात झाली आहे. आणि आपलं तर ठरलं आहे, हा आपला उत्कृष्टतेचा प्रवास आहे, जो सतत चालूच राहणार आहे!

या महिन्याचा मंत्र

आपल्याला जायचंय क्षितिजापलीकडे
आयुष्याचा कॅनव्हास करू या भव्य!
निरनिराळ्या रंगाने सजवू या त्याला
कारण आपल्याला त्याला जपायचंय एखाद्या खजिन्यासारखं!
कारण त्यात आहेत रंगीबेरंगी रत्नं!

सोबत राहू स्व-विकासाच्या मार्गावर...

प्रिय मित्रमैत्रिणींनो,

'स्वयम् ३६५'च्या परिवारात तुम्ही सामील झाला, याचा मला फार आनंद वाटतो आहे. याबद्दलचा तुमचा अनुभव आणि अभिप्राय आवर्जून कळवा. त्यामुळे माझं लेखन अधिक समृद्ध व्हायला मदत होईल, हे नक्की!

तुम्हांला काही प्रश्न पडले असतील, शंका असतील, तर मला बिनदिक्कत विचारा. पुस्तकातल्या एखाद्या मुद्द्याचं अधिक स्पष्टीकरण आवश्यक आहे, असं वाटत असेल, तर तेही कळवा. म्हणजे मी त्या संदर्भातले व्हिडिओ आपल्या YouTube Channel वर अपलोड करू शकेन. यू-ट्यूब चॅनेलची लिंक खाली दिली आहे.

मानसिक आरोग्य विकास ही एक सातत्याने चालणारी प्रक्रिया असल्यामुळेच 'स्वयम् ३६५' या नावाचा 'स्वयम् आयुष्यभर' हा अर्थ अधिक चपखल आहे. आयुष्याचा भरभरून आनंद घेण्यासाठी, मनाचा मोकळेपणा जोपासता येणं ही एक उत्तम सवय आहे. आणि या सवयीमुळे आपल्यात असलेल्या अमूल्य बाबी आपल्या ध्यानात येतात आणि मग जणू एक मोठा खजिना आपल्या हाती लागतो. स्वतःच्या सर्जनशीलतेची जाणीव करून घेण्याचं सामर्थ्य लाभतं.

स्वतःच्या सर्वोच्च आविष्काराकडे सुरू झालेला हा प्रवास थांबू नये यासाठी समुपदेशक मदतीला असतातच; पण ते रोज तुमच्या आजूबाजूला असणार नाहीत. त्यामुळे आपणच आपले समुपदेशक (Self Counsellor) होणंही गरजेचे आहे. आणि मग मनात एक लाखमोलाचा प्रश्न येतो, 'स्व-समुपदेशन करण्यासाठी लागणारी कौशल्ये आपल्याला विकसित करता येऊ शकतील का?' या लाखमोलाच्या प्रश्नाचं लाखमोलाचं उत्तर आहे, 'हो, हे शक्य आहे!'

'प्रत्येक व्यक्ती स्वतःची उत्तम समुपदेशक होऊ शकते,' असा विश्वास मला वाटतो. एक मानसशास्त्रज्ञ, समुपदेशक आणि जीवन-प्रशिक्षक म्हणून असलेल्या

माझ्या अनुभवांच्या आधारे मी हे म्हणते आहे. तुम्ही स्वतःला जितकं छान ओळखता, तितकं कुणीच तुम्हांला ओळखत नाही. आपण काय अनुभवतो, आपल्याला कशाची गरज आहे, त्यातलं योग्य-अयोग्य, उपकारक-अपकारक तुम्हांला शोधून काढायला हवं. त्यासाठी, स्व-समुपदेशन हा एक सर्वोत्तम उपाय ठरू शकेल. 'स्वयम् ३६५'मधून या दिशेने वाटचालीची सुरुवात तुम्ही केलीच आहे.

आत्म-प्रवास अधिक सुंदर करण्याच्या या वाटेवर आता अडथळे आले, तरी न थांबता निवडलेल्या या मार्गावर लक्ष केंद्रित करा. ध्येयापर्यंत पोहोचण्यासाठी, स्वतःला पुरेसे सक्षम करण्यासाठी स्व-समुपदेशन मदत करू शकेल. तुमचा सर्वोच्च वैयक्तिक विकास होणारच; ही काळ्या दगडावरची रेष! या वाटेवर चालण्यासाठी आम्ही सतत तुमचा हात धरलेला असेल, हे नक्की!

स्व-समुपदेशनाची तंत्रं तुम्हांला शिकवणं हे आता आमचं पुढचं पाऊल असेल; आणि यासाठी आम्ही काम सुरू केलं आहे. लवकरच त्याविषयीचे नवीन पुस्तक तुमच्या भेटीला येईल.

तुम्हां सर्वांचे मनःपूर्वक आभार!

डॉ. प्रतिभा

संपर्क :

Mobile: 9890169559

E-mail: dilippratibha@gmail.com

You tube channel link: www.youtube.com/

@welcomedearzindagi613

लेखिका परिचय

डॉ. प्रतिभा देशपांडे | 9890169559

डॉ. प्रतिभा देशपांडे या नातेसंबंधांतील गुंतागुंत, वैवाहिक समस्या आणि मानसिक आघातांचे व्यवस्थापन याविषयीच्या समुपदेशनामध्ये कार्यरत आहेत.

मानसिक आरोग्यासाठी जागरूकता निर्माण करण्यासाठीच्या विविध उपक्रमांमध्ये त्यांचा सहभाग असतो. मानसोपचारांद्वारे प्रत्येकाच्या आयुष्यात सुयोग्य बदल घडवून आणण्यासाठी त्या कटिबद्ध आहेत. प्रतिभा यांच्या वागण्या-बोलण्यातली सहजता, विचारांची प्रगल्भता, जीवनाकडे पाहण्याची सकारात्मक दृष्टी आणि वृत्ती यांमुळे त्यांच्या सहवासात मोकळेपणा आणि सचोटी जाणवते. भेटायला आलेल्या व्यक्तीकरिता समुपदेशन हा व्यवहार किंवा उपचार न ठरता सहज स्वीकार ठरतो. डॉ. प्रतिभा समाजकार्यात सक्रिय सहभाग घेतात. पुण्याच्या प्रौढ अकार्यक्षम (spastic) व्यक्तींसाठी असलेल्या संस्थेच्या त्या विश्वस्त आणि सचिव आहेत.

मानसशास्त्र विषयाच्या पदव्युत्तर पदवीधर असणाऱ्या प्रतिभा यांनी 'मानसशास्त्रीय प्रथमोपचार' या विषयात पीएच.डी. मिळवली आहे. ऑस्टिन, प्रिन्स्टन आणि स्टॅनफोर्ड या आंतरराष्ट्रीय विद्यापीठांमधून अनेक ऑनलाइन अभ्यासक्रम त्यांनी पूर्ण केले आहेत.

मानवी नातेसंबंध आणि भावभावना समजून घेण्याला समर्पित साठी सातत्यपूर्वक लेखन करत असतात. आजवर १५ पुस्तके प्रकाशित :

'आई', 'तो आणि ती', 'रायन', 'एका घराची गोष्ट', 'मी NRI', 'चला आयुष्य घडवू या', 'झंप्याची डायरी', 'गुंतता नात्यांत मी', 'मनःस्पर्शी', 'तुझ्यासवे', 'शुभ आणि मंगल', 'हसरा संघर्ष', 'मानसिक प्रथमोपचार' 'Before You Find a Counsellor' आणि 'Swayam 365: Your Guide to Self-worth' ही दोन इंग्लिश.

'ताजा कलम' या लघुपटाचं लेखन आणि निर्मिती त्यांनी केली आहे. मानसशास्त्र विषयावर आधारित पन्नासहून अधिक पॉडकास्ट त्यांनी केले आहेत.

प्रतिभा यांचे ब्रीदवाक्य आहे, 'वेलकम, डीअर जिंदगी!'

आनंदी जगण्यावर त्यांचे मनापासून प्रेम आहे; आणि इतरांना आनंदी जगण्याच्या मार्गावर घेऊन येण्यासाठी त्या सातत्याने प्रयत्नशील असतात.

प्रतिभा यांना आंतरराष्ट्रीय पर्यटनाची आवड असून देशविदेशांतील खाद्यपदार्थांमध्ये त्यांना विशेष रुची आहे. आरोग्यदायी जीवनशैलीचा आग्रह धरणाऱ्या प्रतिभा यांचे आचरण 'बोले तैसा चाले' या उक्तीनुसार असल्याने त्या प्रत्येकासाठी अनुकरणीय ठरतात. योग्य आहार, प्राणायाम, योगाभ्यास, ध्यानधारणा यांना आवश्यकतेनुसार जिममधील व्यायामाची जोड दिल्याने वयाच्या सत्तरीतसुद्धा त्या चपळ, तरतरीत आणि उत्साही आहेत.